# પુષ્ટિમાર્ગીય તત્ત્વદર્શન
# તથા
# નિત્ય નિયમના પાઠ

AF748696

: સંકલન :

**નયના એન. પટેલ**

Become Shakespeare.com

**Published in 2024**
**Becomeshakespeare.com**

**One Point Six Technologies Private Limited,**
Unit No. 26, Ground Floor,
A1, Shram Safalya, Wadala Truck Terminal Road,
Near Post Office, Antop Hill,
Mumbai - 400037



ISBN – 978-93-5883-479-6

નયના નવિનચંદ્ર પટેલ

**નયના એન. પટેલ**
૨૦૨ શીતલ ફ્લેટ,
આવીચલ બાગની સામે,
દિવાળીપુરા, વડોદરા–૩૯૦૦૦૭.
ગુજરાત, ભારત
: ૯૪૦ ૯૬૪ ૧૪૫૦

**વ્હાલા વૈષ્ણવો,**

**જય શ્રીકૃષ્ણ,** હું નયના એન. પટેલ, વડોદરા આ વિષય માટે સાવ અજાણ, અબુધ હતી. પણ શ્રીઠાકોરજી અને શ્રીવલ્લભ શ્રીગુંસાઇજી તથા શ્રીયમુનાજીની કૃપાથી આ માર્ગમાં આગળ વધી, પછી થોડો ઘણો પ્રયત્ન શ્રીવલ્લભકુળની આજ્ઞાથી પુસ્તક રૂપે રચવા કર્યો હતો. આમાં થોડા પુસ્તકો એવા છે કે નાના બાળકો તેમજ નવા વૈષ્ણવો કે જેમણે શરૂઆતમાં એ બી સી ડી શીખવાની હોય તેઓને એકદમ સરળ ભાષામાં અને ટૂંકમાં કંઇક સમજણ પડે એ હેતુથી પુસ્તક લખવાની શરુઆત કરી હતી. મોટા પુસ્તકોમાં પહેલું પુસ્તક **"પુષ્ટિ રથ"** તે પુષ્ટિ માર્ગનું સંકલન સ્વરૂપે છે, તેમાં આપણા બધા નિધિ સ્વરૂપોના ચિત્રજી તેમજ કોના માથે બિરાજે છે, ક્યાં બિરાજે છે, ક્યારે પાટોત્સવ થયેલો વગેરે પુરી માહિતી તેમજ બેઠકજીના સરનામું વગેરે આપેલ છે, શ્રીયમુનાજીના સ્મરણ ચિંતન માટે પણ ઘણાખરા વિષય શ્રીયમુનાજીની પુસ્તક **"નિધિ દેનહારી શ્રીયમુને"** માં છે. તેમજ **"અમરવાણી"** માં સૂરદાસજી, શ્રીગુંસાઇજી અને શ્રીગોકુલનાથજીની વાણી છે. પુષ્ટિ માર્ગનું હાર્દ **"દિનતા"** માં શ્રીહરિરાય મહાપ્રભુજીના તેર ગ્રંથો ભાવાર્થ સાથે તેમજ દિનતા માટે પુરી માહિતી છે. પુસ્તકોના પૈસા હું આપણા માર્ગની સેવા માટે જેમકે ગાયની સેવા (ગૌશાળા), બેઠકજી, વ્રજ ની બેઠક, હવેલી ના નિર્માણ– નવનિર્માણ તથા પુષ્ટિમાર્ગી ઉત્સવો અને બાળકોને ભણવા ચોપડા લાવી આપવા વગેરેમાં વાપરૂ છું. બસ એજ, આપ સર્વે વૈષ્ણવોને મારા ખૂબ ખૂબ "જયશ્રી કૃષ્ણ".

## ૧) પુષ્ટિરથ :

માનવ જીવનમાં સત્સંગ નો મહિમા અપરંપાર છે. સત્સંગ માટે ચિત્તશુધ્ધિ અવશ્યક છે. ચિત્તશુધ્ધિ માટે ભક્તિરૂપી જળનું નિત્યસિંચન થતું રહે એ જરૂરી છે. જ્યારે જ્યારે અમો સત્સંગ માટે ભેગાં મળતાં ત્યારે આવા કોઇ પુસ્તકના અભાવે પડતી મુશકેલી સમજાતી માટે સંકલન કરવાની પ્રેરણા થઇ. તેમજ ઘણા વૈષ્ણવો ઇચ્છા હોવા છતાં અનુકુળતાના અભાવે સત્સંગમાં આવી શકતા નહીં, તો તેઓ પણ પોતાના યથાયોગ્ય સમયે પ્રભુ સ્મરણ કરી શકે માટે સંકલન કરવાનું ઉચિત બન્યું. આ પુસ્તકમાં પુષ્ટિમાર્ગીય લગભગ બધા સ્તોત્ર તેમજ શ્રીમહાપ્રભુજી, શ્રીયમુનાજી તથા શ્રીજીબાવાના સ્મરણ માટે જરૂરી લગભગ ઘણા ખરા ટોપીક લેવા પ્રયાસ કર્યો છે. તેમજ શ્રી વલ્લભપ્રેમી વૈષ્ણવો જે સેવાકાર્યમાં જોડ્યા છે. તેમના માટે સેવાક્રમ પણ આપ્યો છે.

## ૨) અમરવાણી :

આ પુસ્તિકામાં અષ્ટછાપ–શિરોમણી મહાકવિ સૂરદાસજીની વાણી,

**અનહદ કૃપા કરી તેને સૂર, હરિરસ સ્વાદ ચખાવન મેં**
**દાસભાવસોં અર્પન હૈ યા, ગ્રંથ તિહારે ચરનન મેં**

પરમદયાળ પ્રભુચરણ શ્રીગુંસાઇજીની વાણી,

**દવાદશનિકુંજવાર્તા યા યૈઃ સંપાદિતાદ્‌ભૂતા,**
**વંન્દે તં વૈષ્ણવાધીશ ગોસ્વામી શ્રીવિઠ્ઠલેશ્વરમ્**

તેમજ માલા તિલક રક્ષક શ્રીગોકુલનાથજીની વાણી

**પ્રણિતા ખટ્ઋતુવાર્તા દિવ્યાનુભવ દાયિકા ગોકુલેશ નમામિ તં**
**માલાતિલકમ્ રક્ષકમ્ આપવામાં આવી છે.**

"હરિરસ તબહી તો જાય પૈયે"–(સૂરદાસજીની વાણી) સૂરદાસજીના પદનું ખૂબ સુંદરતાથી અદ્‌ભૂત વિવરણ શ્રીવલ્લભપાદપદ્મમિલિનજીએ તેમના વિવેચનમાં કર્યું છે. સાથે સર્વોત્તમજીના અચિંત્ય મહિમાનો સુંદર ફોડ પાડ્યો છે.

### ૩) નિધિ દેનહારી શ્રીયમુને :

જીવ શ્રીયમુનાજીના જેટલા પ્રમાણમાં ગુણગાન કરે તેટલાં શ્રીયમુનાજી તે જીવ ઉપર પ્રસન્ન થાય છે. તેમજ કૃપા કરી આપણા દોષોને દૂર કરે છે અને શ્રીઠાકોરજીને પધારવાનું મન થાય એવું આપણું હૃદય એક બગીચા સમાન બનાવે છે. આમ જ્યાં જ્યાં શ્રીયમુનાજીના ગુણગાન થાય છે, ત્યાં ત્યાં શ્રીઠાકોરજી અવશ્ય પધારે છ, અને ઘણી કૃપા કરે છે.

જે કૃપા કરે છે એજ ભક્તિનું દાન કરી શકે છે. આ પુસ્તકમાં શ્રીયમુનાજીના ગુણગાન, તેમજ સ્તુતિ, સ્મરણ માટે શકય તેટલાં ટોપીક સમાવવાનો અને વર્ણન કરવાનો પ્રયત્ન કરેલ છે. શ્રીયમુનાજીની કૃપાથી વૈષ્ણવોને ભક્તિનું દાન થાય એજ પ્રાર્થના.

### ૪) ષોડશગ્રંથ સાર :

આ પુસ્તિકાં નિત્ય નિયમના પાઠનું સરળ ગુજરાતીમાં સમજ આપી છે. તેમાં સોળે સોળે ગ્રંથ ઉપરાંત **"જનમવૈફલ્ય નિરૂપણાષ્ટકમ"** **"પંચશ્લોકી"** અને **"શીક્ષાશ્લોકા"** ગુજરાતી સાર રૂપે છે.

### ૫) રહસ્ય ભાવના :

આમાં મંદિરની ભાવનાથી માંડી સેવામાં વપરાતી બધી જ વસ્તુઓની ભાવના રાજભોગની સેવા સુધીની આપી છે. કારણ કે વૈષ્ણવોને ત્યાં ઘણું ખરૂં રાજભોગ સુધી સેવા બિરાજે છે. પૂ. બાવાશ્રીની આજ્ઞાથી આખા દિવસની રહસ્ય ભાવના લખીને તે આપને પધરાવી દીધી હતી. પ્રિન્ટ કરાવી ન હતી.

### ૬) પુષ્ટિમાર્ગનું હાર્દ દિનતા :

દિનતા પુષ્ટિમાર્ગનું હાર્દ છે. તે માટે આપણે પ્રયત્ન ન કરીએ તો કેમ ચાલે? કરવોજ જોઇએ. આ કળિયુગમાં લોકોને અહં એટલી બધી જાતના હોય છે કે જે ના છૂટે તો જીવ ગર્તામાં જઇને પડે છે. અને ધર્મ–ભક્તિ માટે એની કાંઇ જ પ્રગતિ થઇ શકતી નથી. એ માટે આપણે પ્રભુનું અને ગુરૂનું અનન્ય શરણ સ્વીકારી દાસત્વ મેળવવું જોઇએ.

"**શ્રી હરિરાય મહાપ્રભુ**" એ શરણ અને દાસભાવ માટે ઘણા બધા ગ્રંથો લખ્યા છે. જેનું સ્મરણ ચિંતન અને મનન સમજપૂર્વક આર્ત હૃદયથી કરીએ તો જીવ જરૂર શરણ સ્વિકારી દાસત્વ મેળવી "**દિનતા**" પ્રાપ્ત કરી શકે છે. એ માટે શું કરવું તે સમજાવવા આ પુસ્તકમાં પ્રયત્ન કર્યો છે. "**દિનતા**" વગર જીવનો ઉધ્ધાર નથી.

## ૭) ભાવપોષકમ ગ્રંથ :

આ ગ્રંથમાં વૈષ્ણવોનો ભકિતમાં કેવી રીતે વધે તે માટે શ્રીહરિરાયજીએ ૧૫ શ્લોકનો ગ્રંથ લખ્યો છે. તેમાં લગભગ ૪૫ પોઈન્ટ છે. જે ગુજરાતી સરળ ભાષામાં સમજાવ્યા છે.

## ૮) પુષ્ટિમાર્ગીય તત્વ દર્શાન :

આ પુસ્તકમાં ૧૦૪ ટોપીક શોર્ટમાં સમજાવવામાં આવ્યા છે કે પુષ્ટિમાર્ગીય વૈષ્ણવે કેવી રીતે સમજ પૂર્વક વર્તવું જોઇએ. શું કરવું જોઇએ વગેરે સમજાવ્યું છે.

## ૯) પુષ્ટિ-સાર તથા શ્રી વલ્લભાખ્યાન સાર :

પુષ્ટિમાર્ગના નિતિ નિયમો, શ્રીવલ્લભકુળના વચનામૃતો તેમજ શ્રીવલ્લભ, શ્રીગુંસાઇ વગેરે ધ્વારા પ્રકટ કરવામાં આવેલા પુસ્તકો તથા ગ્રંથોના નામ પણ આપવામાં આવ્યા છે.

આમાં શ્રીવલ્લભ–શ્રીગુંસાઇજીનું પ્રાગટય, સ્વરૂપ, લીલા વગેરેનું વર્ણન શ્રીગોપાલદાસે કર્યું છે. ગુજરાતી સાર રૂપે છે. શ્રીવલ્લભાખ્યાન નવ છે.

**એજ - નયનાના ભગવદ સ્મરણ**

## નયના પટેલ અમારા જીવન નો શ્વાસ

ગુજરાતના ભાદરણ ગામમાં જશુબેન મધુભાઈ પટેલને ત્યાં લક્ષ્મી આવી. નામકરણ થયું નયના. નયના મોટી થવા લાગી. નિશાળ માં જવા લાગી સાથે સાથે જીવનમાં સંસ્કાર નું ઘડતર થયું. નીડર, અડીખમ, પરોપકારી, દયાળુ સેવાભાવી એટલે નયના.

નયનમાં સ્વપ્ના ભરી આશા ઉમંગ સાથે જીવન માં પા પા પગલી ભરતી આગળ ને આગળ વધવા લાગી નયના. અમદાવાદ ની ફાર્મસી કોલેજ જે એશિયાની બેસ્ટ કોલેજ કહેવાય તેમાં ગ્રજ્યુએશન કર્યું પણ ઈતર પ્રવૃત્તિ રમતગમત, ડાંસિંગ, સિંગિંગ, વાંચન, વક્તુત્વ સ્પર્ધામાં પણ એટલાજરસ ખીલવ્યો. પોસ્ટ ગ્રજ્યુએશન કરતા કરતા સહપાઠી નવીનચંદ્ર સાથે આંખ મળતાં લગ્ન કર્યા. આટલેથી ના અટકતા દ્રઢ નિશ્ચયી નયનાએ પતિ સાથે કંધે કંધો મિલાવી નવી દુનિયા માં પદાર્પણ કરતા વડોદરામાં ફાર્મસી ચાલુ કરી. આખો દિવસ પ્રવૃતિમય રહેતા રેહતા રાજીવ, સોનલ ના નામે સંસારબાગ માં બે કુસુમ ખીલવ્યા, સંસ્કારનું સિંચન કર્યું. કુટુંબને તો ભુલાયજકેમ? ફરજને સંપૂર્ણ પ્રધાન્ય આપ્યું. દાદા ગોરધનભાઈ ને દાદી કાંતાબેનની ખુબ સેવા કરી તેમના આશીર્વાદ પામ્યા.

## પરિવર્તન એજજીવન

પરિવર્તન દરેકના જીવનમાં આવે. કોસ્મોપોલિટિન વાતાવરણમાં રહ્યા છતાં જીવન માં સદ્દગુણો અપનાવી સતત પ્રવૃતિશીલ નયનાએ એક તબબકે આત્મસંશોધન આદર્યુ. ખુબ ખુબ ધાર્મિક પુસ્તકો નું વાંચન શરુકર્યું . પુષ્ટિ માર્ગ વિષે જાણકારી મેળવાનો પ્રયાસ કર્યો. પુષ્ટિ માર્ગ ને પૂરો સમજ્યા, આત્મસાત કર્યો, તેના દરેક નિયમો, ધારાધોરણ અપનાવી જીવનમાં ઉતાર્યા.

પછી વિચાર આવ્યો કે દેરક જણ પુષ્ટિ માર્ગ સમજી શકે ને અપનાવી શકે તે માટે કંઈક પ્રયત્ન કરવો રહ્યો. એટલે અપનાવ્યો સંશોધન માર્ગ. જેનો નિચોડ કહો કે પરિણામ મળ્યા પુષ્ટિ માર્ગ ના આચર વિચાર નું સરળ નાનું બાળક પણ સમજે તેવું આલેખન એટલે વિવધતા સભર પુસ્તકો.

**"અંતિમ શ્વાસે પણ અનેક શારીરિક કષ્ટો સહન કરી દરેક સાથે ક્ષમાયાચના કરી હસતા હસતા પ્રભુમય થઇ મોક્ષ માર્ગે ગમન કર્યું"**

રાજીવ પટેલ – સોનલ પટેલ

**જય શ્રીકૃષ્ણ**

# ઉરનું ઉદ્‌બોધન...
# ઉર ના ઉદ્‌ગાર

માનવ જીવનમાં સત્સંગનો મહિમા અપરંપાર છે. કારણ કે સત્સંગથી..

જળ ગંગાજળ બને...
વાંસ વાંસળી બને...અને
માનવ મહાત્મા બને છે...!

વિવિધ પ્રકારના પ્રલોભનામાં અટવાઇ જતાં માણસે ઇશ્વર પ્રત્યે અહોભાવ વ્યક્ત કરવા સમય ફાળવવો જોઇએ, એવું આપણને નથી લાગતું?

સત્સંગ દ્વારા જીવનને સન્માર્ગે વાળવાનો સૌએ પ્રયત્ન કરવો જોઇએ. સંત્સંગ માટે ચિત્તશુદ્ધિ આવશ્યક છે. તો ચાલો, આપણે ભક્તિરૂપી ભાગિરથીમાં સ્નાન કરીને ચિત્તશુદ્ધિ તથા આત્મશુદ્ધિ કરીએ.

-નયના ના ''જયશ્રી કૃષ્ણ''

# વિષય-સૂચિ

# મા બાપને ભૂલશો નહી

ભૂલો ભલે બીજુ બધું, મા-બાપને ભૂલશો નહી.
અગણિત છે ઉપકાર એના, એહ વિસરશો નહીં.    ભૂલો...

અસહ્ય વેઠી વેદના, ત્યારે દીઠું તમ મુખડું
એ પુનિત જનનાં કાળજા, પથ્થર બની છુંદશો નહીં.  ભૂલો...

કાઢી મુખેથી કોળિયો, મોં મા દઈ મોટા કર્યા
અમૃત તણાં દેનાર સામે ઝેર ઉછાળશો નહીં.    ભૂલો...

લાખો લડાવ્યા લાડ તમને, કોડ સહુ પૂરા કર્યા
એ કોડના પૂરનારના, કોડ પૂરવા ભૂલશો નહીં.    ભૂલો...

લાખો કમાતા હો ભલે, પણ મા બાપ જેના ના ઠર્યા
એ લાખ નહીં પણ રાખ છે, એ માનવું ભૂલશો નહીં.  ભૂલો...

સંતાનથી સેવા ચાહો તો, સંતાન છો સેવા કરો
જેવું કરો તેવું ભરો, એ ભાવના ભુલશો નહીં.    ભૂલો...

ભીને સૂઈ પોતે અને, સૂકે સુવાડ્યા આપને
એની અમીમય આંખને, ભૂલીને ભીંજવશો નહીં.    ભૂલો...

પુષ્પો બિછાવ્યા પ્રેમથી, જેણે તમારા રાહ પર
એ રાહબરના રાહ પર, કંટક કદી બનશો નહીં. ભૂલો...

ધન ખરચતાં મળશે બધુ પણ માતા-પિતા મળશે નહીં.
એના પુનિત ચરણો તણી, એ ચાહના ભૂલશો નહીં. ભૂલો...

# પુષ્ટિ-માર્ગ

પુષ્ટિ શબ્દનો અર્થ ભગવાનની 'કૃપા' એવો થાય છે.(ભગવાનની કૃપા ત્યારે થાય કે જ્યારે જીવ અહંતા, મમતાથી દૂર અને સરલ હોય)આ માર્ગનો જીવ ભગવાનના અનુગ્રહવાળો હોય છે. જે ભગવલ્લીલા પ્રદેશમાં વસે છે. આ માર્ગના જીવનો દેહ પ્રભુના ચરણની રજમાંથી બનેલો હોય છે, પ્રભુની સેવામાં પરોવાયેલો અને દીક્ષાવાળો દેહ હોય છે. આ માર્ગના જીવની ક્રિયા ભગવત્સેવાને સ્પર્શતી જ હોય છે. આ માર્ગમાં જીવનું ફળપણ પુરૂષોત્તમ પ્રાપ્તિ, પુરૂષોત્તમ ચરણ સેવાની પ્રાપ્તિ અને પરમાનંદ છે.

બીજું પુષ્ટિ શબ્દનો અર્થ થાય છે. ''પોષણ.'' પોષણ તો સાધન વગરનાનું કરવાનું હોય છે. ખેતરમાં ઉગેલુ ધાન્યનું પોષણ આકાશમાંનો શ્યામલ મેઘ કરે છે. ભગવાન શ્યામ સુંદર પણ ભકતવત્સલ હોવાથી પોતાના કૃપામેઘથી નિઃસાધન ભકતોનું પોષણ કરે છે. તેમજ ભગવાનમાં ભક્તના ભાવનું નિત્ય પોષણ થતું હોય છે. પણ (ભકતનો)ભાવ ઘટતો નથી. ઉલ્ટો વધે છે.(ઝાડ પાનની જેમ)

પુષ્ટિમાર્ગની કૃપા માર્ગ એ એક મહત(મોટી) કૃપા છે, કે કેવલ ભકિત ધરાવનાર કોઇ પણ જીવ જે સ્ત્રી, શુદ્ર, બાળક, અબોધ સુબોધ કે ગમે તે હોય, પરંતુ તેનું ભગવતકૃપાથી સર્વત્ર મંગલ થાય છે.

# પુષ્ટિમાર્ગીય તત્ત્વદર્શન

## (૧) જીવન શા માટે?

હું કોણ? ક્યાંથી આવ્યો? ક્યાં જવાનો? શા માટે આવ્યો છું? શું કરી રહ્યો છું? શું કરવાનું છે? મારું અહીં કોણ છે? પહેલાં કોણ હતું? હવે પછી મારું કોણ હશે! મારું સ્વરૂપ કેવું! દેહ, ઈન્દ્રિયો, બુદ્ધિ, પ્રાણ વગેરેનો સંબંધ ક્યાં સુધી? કોની સાથે? આ બધા પ્રશ્નોનું સાચું સમાધાન ન થાય ત્યાં સુધી વિચાર કરીને પાકો નિર્ણય કરી લેવો એ પુષ્ટિમાર્ગીય જીવનનું ઉચ્ચતમ કર્તવ્ય છે. પ્રથમ કર્તવ્ય-ન ભૂલી શકાય તેવું કર્તવ્ય.

## (૨) કર્તવ્ય પંથે

જીવનો સાચો સંબંધ તો માત્ર એક પ્રભુ-ભગવાન સાથે છે. કારણ કે એ એમનો અંશ છે. અને એ રીતે આ દુનિયામાં જન્મ ધારણ કરીને જેની સાથે નિત્યનો કાયમનો સંબંધ છે તેનો સંબંધ તાજો કરી, સ્મરણમાં રાખી, સંબંધને જાળવી રાખવો અને એનું ભાન સતત રાખવું, એ પુષ્ટિમાર્ગસ્થ જીવે પ્રથમ વિચારવાનું છે. આથી જ પુષ્ટિમાર્ગીય જીવે

બ્રહ્મસંબંધની દીક્ષા લેવી પડે છે. બ્રહ્મસંબંધ એટલે ભગવાન સાથેનો સંબંધ, બીજા કોઇ સાથેનો સંબંધનહિ.

જીવ એવો અભાગી છે કે એ પોતાનો સંબંધ જેની સાથે બિલકુલ છે જ નહિ તેની સાથે બાંધી રહ્યો છે. અનેક યોનિઓમાં સુખદુઃખના વમળમાં તણાતો રહી અહીંથી તહીં પવનમાં તણખલાની માફક અથડાયા કરે છે. અનેક પ્રકારના ત્રિવિધ તાપથી તપ્ત થયેલો જીવ આ બધાં ખોટાં પોતાનાં માની લીધેલાં સંબંધીઓથી છૂટો થાય ત્યારે એ બ્રહ્મસબંધ લેવાને લાયક બને છે. બ્રહ્મસંબંધી જીવ ફરીથી આ સંસારના કોઈપણ પદાર્થ, ક્રિયા કે ભાવ સાથે સંબંધ જોડતો નથી.

## (૩) વ્યવહાર

લૌકિક સંબંધ ખોટા છે એવું માનીને વર્તનાર ક્યા પ્રકારનું જીવન જીવે? લૌકિકની કોઇ પણ વસ્તુ પ્રત્યે એનું આકર્ષણ હોય નહિ. લૌકિક અને વૈદિક પ્રત્યે પૂર્ણ વૈરાગ્ય હોય. કંચન, કામિની અને કીર્તિને એ હૃદયથી વળગે નહિ. જેના હૃદયમાં આ ત્રણ પ્રત્યે રાગ હોય તેનામાં હરિ વસે જ નહિ. આપણે તો હરિ સાથેનો સંબંધ સ્થાપિત કર્યો છે. તો હરિ તો લોકમાં અને વેદમાં આપણી નિષ્ઠા બંધાવા દેતા જ નથી; માટે લૌકિક માન અને લૌકિક રીત સાચા બહ્મસંબંધીને લગીરેય આકર્ષે નહિ અને તેથી એ પ્રત્યે એ હંમેશાં બેપરવા રહે છે.

લૌકિક વાતોમાં રસ લેવો, એટલે પ્રેમપૂર્વક સાંભળવામાં રસ લેવો અને મન દ્વારા સતત એનું ચિંતન કરવું, આ ત્રણે મહાન બાધક છે. માટે જ વાણીનો નિરોધ કરવું, ન છૂટકે જ લૌકિક વાતો સાંભળવી, ન છૂટકે જ લૌકિક વિષયો અને વાતોનું ચિંતન હૃદયમાં કરવું. લૌકિકમાં જેનું મન થોડીક વાર માટે પણ જો આસક્ત થઇ જાય તો એમાંથી કામ ક્રોધ વગેરે મહા અંધકાર તરફ લઇ જનારા પાપી શત્રુઓ ઉત્પન્ન થાય છે; આથી લૌકિકનું ધ્યાન ન કરવું.

## (૪) સેવા

પુષ્ટિમાર્ગીય જીવનો બધો વ્યવહાર પ્રભુ સાથે હોય છે, એમને (પ્રભુને) માટે હોય છે. અને એમની (પ્રભુની) પ્રીતિ સંપાદન કરવા માટે, એમના જ સુખ માટે હોય છે. પ્રભુ સિવાય બીજું કોઈ સેવવા જેવું એને માટે હોતું નથી, સંસારમાં રહેવા છતાં એ સંસારી નથી; લૌકિકમાં વ્યવહાર કરવા છતાં એ વ્યવહારી નથી; એ તો સદા પ્રભુના ધ્યાનમાં-સેવામાં મ, રહે છે.

**चेतस्तत्प्रवणं सेवा** એ શ્રીમહાપ્રભુજીની આજ્ઞા મુજબ ચિત્તનું સદૈવ પ્રભુમાં વહેવું એનું નામ જ સેવા. જો સેવા સમયે પ્રભુ સિવાય બીજા લૌકિક વિચાર થાય અને ચિત્ત ત્યાં દોડે તો એ સાચી સેવા નથી ગણાતી.

સેવામાર્ગીય જીવે-આજે હું શું કમાયો, કેટલી મિલકત વસાવી, મિલકતમાં શો ઘટાડો થયો કે વધારો થયો, એની ગણતરી કરવાની ન હોય. આટલું મળશે તો મારી પાસે આટલું થશે અને પછી આનંદ કરીશું, અમુક જગ્યાએ જઈશું, યાત્રા કરીશું, મોજશોખ માણીશું, કે અમુક વ્રત, દાન, યજ્ઞયાગાદિક કરીશું કે લ, પ્રસંગે મોટા વરઘોડા કાઢી નામના મેળવીશું, અમુક પ્રકારનું જમણ કરી મોટા કહેવાઈશું, આવા આવા મનોરથ સેવવા અને પ્રભુની સેવામાંથી વિમુખ થવું એ મહાન આસુરાવેશ છે; માટે એનાથી દૂર રહેવું.

## (૫) અનન્યતા

પુષ્ટિમાર્ગીય જીવે અનન્યભાવ કેળવવનો છે. સર્વ ઠેકાણેથી સર્વ વસ્તુઓમાંથી અને પોતાનામાંથી તેમજ પોતે માનેલી વસ્તુઓમાંથી ભાવ કાઢી માત્ર એક શ્રીકૃષ્ણમાં સર્વ ભાવ જોડી દેવાનો છે.

બીજે ક્યાંય આસક્ત થયા વગર માત્ર એક શ્રીહરિમાં જ આસક્ત-પ્રેમબદ્ધ થાય અને મન કર્મ દ્વારા એનાં જ ચિંતન, સ્મરણ, કથન અને

કાર્ય થાય ત્યારે અનન્યભાવ પ્રગટે, જામે અને સ્થિર થાય આનું નામ અવ્યભિચારિણી ભક્તિ. બીજા કોઇને દેખે નહિ. એક માત્ર પોતાના આરાધ્ય દેવની જ લગની લાગે, હરતા ફરતાં, બોલતાં સાંભળતાં, જોતાં, ઊંઘતાં, શ્વાસ લેતાં અને મૂકતાં એક માત્ર એનું જ અનુસંધાન રહે, એવી ભક્તિ આ જીવે કરવાની છે.

## (૬) કર્મ

ઉપર કહી દેવામાં આવ્યું કે જીવે મૌન રાખવું; પરંતુ બોલ્યા વગર ન રહેવાય તો ભગવદ્ગુણાનુવાદ ગાવા, ભગવતકથા કરવી, ભગવદીયોના ગુણોનું કીર્તન કરવું. જો સાંભળ્યા વગર ન રહેવાતું હોય તો કોઈની નિંદા કે સ્તુતિ ન સાંભળવી, પરંતુ ભગવતકથા સાંભળવી, ભગવાનનાં પરાક્રમોની કથા સાંભળવી અને કીર્તન સાંભળવા. જો સાંસારિક કર્મો કર્યા સિવાય ન ચાલે તેમ હોય તો બધા કર્મ પ્રભુની સેવા અર્થ જ કરવા; જેવા કે :-નોકરી કરવી, વ્યાપાર કરવો, શારીરિક, માનસિક કે બૌદ્ધિક કંઇ પણ કર્મ કરવું પડે તો એ પ્રભુને અર્થે જ કરવું, તે કાર્યનું જે પરિણામ આવે તે પ્રભુને અર્પણ કરીને રહેવું.

## (૭) સંગ

હંમેશા સંગ કરવાની બાબતમાં ખાસ સાવધાન રહેવું. સ્ત્રીઓનો તેમજ સ્ત્રીઓના સંગીઓનો સંગ કરવાથી મહાન હાનિ થાય છે.

સ્ત્રીઓનો એટલે કામપ્રધાન, લૌકિક પ્રધાન અને વિષયોમાં રમનાર જીવાત્માઓનો, સ્ત્રીને પુરુષનો અને પુરુષને સ્ત્રીનો સંગ એટલે કે એકમેક પ્રત્યે આકર્ષણ થાય એવી કામનાનો મનમાં સંગ્રહ કરવો

નહિ. બધા જ જીવ પ્રભુના દાસ છે. ઉચ્ચ આદર્શો સેવવા. સ્ત્રી પુરુષ એવા ભેદભાવ દૂર કરી અલૌકિક પ્રભુનો સંબંધ વધારે કેળવવો.

જે માણસનો સંગ કરવાથી હરિવિમુખ થવાય, ભજનમાં ભંગ પડે, તેવા માણસોનો સંગ ન થાય તો સારું. તાદૃશી જનનો સંગ કરવો, જેથી ભગવદ્‌ભાવ બની રહે, એ ભાવમાં વૃધ્ધિ થાય, અને પ્રભુના ગુણાનુવાદ ગવાય. પ્રભુ અલૌકિક છે માટે તત્સંબંધી વાતો પણ અલૌકિક હોય. ભગવદરસ એવો આનંદદાયક છે કે એ રસ આગળ બીજા બધા રસ ફિક્કા લાગે છે.

લૌકિક વાતોમાંથી મળતો રસ પરિણામે દુઃખદાયી હોય છે; શરૂઆતમાં અને અંતમાં પરિશ્રમવાળો હોઇ બોલનાર સાંભળનાર ઉભયને (બંન્નેને)તાપજનક નીવડે છે.

## (૮) ભાવ

પુષ્ટિમાર્ગમો મુખ્ય આધાર ભાવ ઉપર છે. કોઇ વસ્તુ સ્વભાવે સારી કે ખોટી છે જ નહિ. જેવો ભાવ એની અંદર મૂકીએ તેવી એ વસ્તુ થઇ જાય છે. જેનો ભાવ સુંદર તે માનવ સુંદર. ભાવ વગરનું જીવન મૃત જીવન જેવું છે. ભાવથી પ્રભુનું સાંનિધ્ય અનુભવાય. ભાવથી પ્રભુ અપ્રકટ હોવા છતાં પ્રકટ જેવા લાગે છે. ભાવ એ મહામૂલી ચીજ છે. એ વગર બધી ક્રિયા નકામી, સાધન નકામાં, બધી પૂજા નકામી.જેમણે હૃદયમાં ભાવ રાખી સેવા કરતાં જાણ્યું તેણે જીવન સાર્થક કર્યું. ભાવ વગરનું કોઇ પણ કાર્ય, સેવા-પ્રભુને સંતુષ્ટ કરી શકે નહિ. ભાવથી અર્પણ કરાયેલી સેવા પ્રભુ બહુ માનીને સ્વીકારી લે છે.

# (૯) વિશ્વાસ

પ્રભુ ઉપર અચળ દૃઢ વિશ્વાસ એ સેવકનું મુખ્ય કર્તવ્ય છે. પ્રભુ ઉપરનો અર્થ જ એ છે કે પ્રભુનો આશ્રય રાખીને, એને જ સર્વોપરિ માનીને, એની જ કૃતિમાં, એનાં જ વિધાનમાં અને એણે આપેલી પ્રત્યેક સ્થિતિમાં આનંદ અને આનંદ જ માનવો જોઈએ. પ્રભુથી અતિરિક્ત બીજું કોઈ સમર્થ છે જ નહિ. પ્રભુ દુઃખનો ભંજક છે, કર્તા, હર્તા, ભર્તા છે; એ રક્ષણકર્તા છે. એની ઇચ્છા જ સર્વોપરિ છે. એણે જે ધાર્યું છે, જે મારા માટે કર્યું છે, કરે છે અને કરશે, તેને હું સંપૂર્ણ ઉત્સાહ અને અને આનંદથી વધાવી લઈશ, મારી ઈચ્છા એનામાં સમાવી દઈશ. આવો અટલ વિશ્વાસ રાખવો.

# (૧૦) નિષ્ઠા

પ્રભુ ઉપર દઢ વિશ્વાસ રાખીએ તો નિષ્ઠા બંધાય. સર્વ કાર્યો કરતાં એની જ યાદ રહે, એને જ મોખરે રાખીને બધા વ્યવહાર થાય. હરતાં ફરતાં, ખાતા પીતા, ઊઠતાં બેસતાં, આરામ લેતાં કે કામમાં જોડતાં એક માત્ર પ્રભુ જ આપણી પાસે સદૈવ સર્વત્ર છે એવો ભાવ જાગ્રત રહે ત્યારે નિષ્ઠા પાકી થઇ એમ કહેવાય. ભગવનિષ્ઠ મનુષ્ય કદી હૈયાવરાળ કરતો નથી. કદી શોકમ, બનતો નથી. કદી વ્યગ્ર બનતો નથી, કદી ક્રોધ કરતો નથી, કદી 'મારૂં શું થશે'? એવી અવિશ્વાસની લાગણી અનુભવતો નથી. એ હંમેશાં પ્રસન્ન રહે છે, નિર્ભય રહે છે. લૌકિક કે વૈદિકમાં એનું કશું બગડતું નથી. એનો સંગ દરેક જણ ઇચ્છે છે, કારણ કે એ ભગવન્નિષ્ઠ હોવાથી ભગવાનનું જ ચિંતન કરે છે.

# (૧૧) અહંતા–મમતાત્યાગ

પુષ્ટિમાર્ગસ્થ જીવે ક્યાંય ક્યારે પણ અહંતામમતા કરવાની નથી. અહંતામમતા કરવા જેવું છે પણ શું? દરેક ક્રિયાનો કરનાર કોણ? આ બધું કોનું છે? પ્રભુ સિવાય બીજું છે પણ શું? આપણે કોણ? આપણે ક્યા કાર્યના કર્તવ્યની અહંતા પોષી શકીએ? બધું ભગવાનનું જ છે આવી ભાવના તો કાયમ હૃદયમાં રાખવાની જ છે, તો પછી મમતા કઇ ચીજમાં રાખી શકીએ? આપણી માલિકીની કોઇ વસ્તુ હોય તો જ મમતા સંભવી શકે! પરંતુ જે છે તે તો પ્રભુનું જ છે. એ જ એક એનો માલિક છે, તો પછી આપણે મમતા કેમ કરી શકીએ? અજ્ઞાનવશ જીવ અહંતામમતા કરી દુઃખી થઇ રહ્યો છે અને આમથી તેમ રાત દિવસ આથડે છે, ક્યાંય શાન્તિ નથી પામતો.

# (૧૨) દીનતા

જો જીવ કંઇ પણ કરવા શક્તિમાન નથી તો સ્વાભાવિક રીતે એનામાં દીનતા આવવવાની જ. દીનતા એ ભગવદીયનું મુખ્ય ભૂષણ છે. દીનતા ન રાખે તો આસુરાવેશ આવે. કર્તૃત્વ-કર્તાપણું, ભોકતૃત્વ-ભોકતાપણું આવે, નોકર મટી શેઠની ભાવના ઉત્તેજિત થાય. અને આમ દીનતા અદૃશ્ય થાય તો જીવ સુખદુઃખના પંજામાં સપડાઇ જાય, ભાન ભૂલી જાય. પ્રભુનું દાસપણું ગુમાવી બેસે. પ્રત્યેક પ્રસંગે દીનતાનો આશ્રય ત્યજવો નહિ, હર હંમેશ સ્રહું કંઇ નથી, કશું મારું નથી, હું કાંઇ પણ કરી શકવા અસમર્થ છું અને મારાથી કંઇ બનતું નથી. જે કંઇ બને છે તે અને હવે પછી બનશે તે કેવળ પ્રભુની ઇચ્છાશક્તિથી થાય છે અને થશે, આવો ભાવ રાખવો એને દીનતા કહે છે. દીનતા પ્રભુને પ્રસન્ન કરવાનું મુખ્ય સાધન છે.

# (૧૩) વૈરાગ્ય

સંસારમાં રહેવું, વિષયોની મધ્યમાં રહેવું એનાથી ન લેપાવું, એ બહુ દુર્લભ વસ્તુ છે. પૂર્ણ વૈરાગ્યવાન માનવ જ વિષયોની મધ્યમાં લેપાયા સિવાય રહી શકે. ઉપર ઉપરથી બધા વિષયો રમણીય લાગે છે. પરંતુ પરિણામે દુઃખભાગી છે, નશ્વર છે અને ઇન્દ્રિયોનું તેજ હરી લેનાર છે, એમ માની પૂર્ણ વૈરાગ્યવાન બનવું. વિષયોમાં ચિત્ત દોડી જાય, લાગેલું રહે તો હરિનો આવેશ કદાપિ થાય જ નહિ, હરિનો આવેશ થવા માટે ચિત્તને સદાયે વૈરાગ્યવાળું રાખવું. વિષયો તો ઝેર જેવા છે. તેઓનું સેવન કરવું એ પણ ન છૂટકે ઝેર સમજી શરીર નિભાવવા પૂરતું જ અને પ્રભુએ આપેલી પ્રસાદી ગણીને બાકી એની પ્રાપ્તિ માટે તાલાવેલી ન હોય.

# (૧૪) માગવું નહિ

ભગવાન પાસે કશું માગવાનું ન હોય. સકામ પ્રાર્થના કરવી નહિ. પ્રભુ અંતર્યામી છે, વળી એ પૂર્ણ વિવેકી છે; કોને શું આપવું, ક્યારે આપવું, ક્યાં આપવું, શું લેવું અને શું કરવું, એ સારી રીતે એ જાણે છે; આથી અલ્પજ્ઞે સર્વજ્ઞ પ્રભુ પાસે કશી માંગણી કરવી જોઈએ નહિ. પ્રભુ જે જે વસ્તુ જીવને આપે તે પ્રેમપૂર્વક એણે સ્વીકારી અને એમાં પ્રભુની દયા માનવી, આથી શો લાભ કે હાનિ, શું સુખ કે દુઃખ, શું હાર કે જીત, બધું પ્રભુ તરફથી આવેલ પ્રસાદીરૂપ લાગશે. પ્રભુ કદી ક્યાંય આપણું ખરાબ કરતા નથી અને આપણું હિત વિચારીને જ આપણને અમુક વસ્તુ આપે છે કે લઈ લે છે.

## (૧૫) કૃપા

ભગવાનનું સ્વરૂપ ક્યારે જણાય? બહુ સાધનો કરવાથી? બહુ વિદ્યા ભણવાથી? ના. જીવ જ્યારે કશુંય નથી એવી દીનતા રાખે અને તદ્દન નિઃસાધન બની જાય, અનન્યશરણે રાખે, એક માત્ર પ્રભુને જ વળગી રહે, અન્યનું અવલંબન સ્વપ્ને પણ ન સ્વીકારે, ત્યારે પ્રભુ કેવળ અનુગ્રહથી જ પ્રાપ્ત થાય. પોતાનું સ્વરૂપ પોતે જ કૃપા કરીને જણાવે ત્યારે જ ભગવત્સ્વરૂપનું જ્ઞાન થાય. જ્યારે ભગવત્સ્વરૂપનું સ્ફુરણ થાય ત્યારે જીવ કૃતાર્થ થયો ગણાય. ભગવત્સ્વરૂપનું જ્ઞાન કેવળ પ્રભુની ઈચ્છા અને કૃપાને આધીન છે.

## (૧૬) લૌકિક–અલૌકિક

એક મ્યાનમાં બે તલવાર રહી શકે નહિ તેવી રીતે જ રીતે એક જ મનમાં બે વસ્તુ-લૌકિક કામનાઓ-વિષયો અને અલૌકિક પ્રભુ રહી શકે નહિ. જો લૌકિક વિષયો મનમાં ઘૂસી ગયા હશે, આખા મનનો કબજો જો લૌકિક વૈદિક વિષયોના ચિંતને લીધો હશે, તો ઉપર ઉપરથી લેવાતું ભગવન્નામ કે ઉપર ઉપરથી થતી ભગવત્સેવા ઉત્તમ પરિણામ ઉપજાવી શકશે નહિ. ભગવત્સેવા કે ભગવન્નામ હૃદયમાંથી-મનના ઊંડાણમાંથી અને સંપૂર્ણ ભાવ-પ્રેમ-મન મૂકીને-લેવું જોઈએ. જ્યારે આ ક્રિયાઓ થતી હોય ત્યારે એકલા પ્રભુ જ દષ્ટિ સમક્ષ રહેવા જોઈએ; ત્યારે પ્રભુ આપણને અલૌકિક સુખ-આનંદનું દાન કરે. અલૌકિક સુખ આનંદ માટે તો આપણે ફાંફા મારવાનાં છે જ નહિ.

# (૧૭) માયા

માયાનું જોર કોની ઉપર ચાલતું નથી? મતલબ કે માયાને કોણ જીતે છે? ભગવાનને જે શરણે જાય, માત્ર સમસ્ત દુનિયામાં શ્રીહરિ જ શરણ લેવા યોગ્ય છે, શ્રીહરિ જ આશ્રદાયતા છે, અને એમના સિવાય બીજી કોઈ પણ વસ્તુ, પ્રાણી, ક્રિયા, કે ભાવમાં મનને લગાડવાનું નથી, એવું દઢ નિશ્ચય પૂર્વક જીવ જ્યારે સમજે ત્યારે એ માયાને તરી જાય છે. માયાનું જોર આવા જીવ ઉપર ચાલતું નથી. કેમકે એના હાથમાં સત્ય વસ્તુ આવી પડેલી છે. સત્ય વસ્તુના આધારે તે જીવી રહ્યો છે. અને કદી પણ એ અસત્યનો આશ્રય લઈ દુનિયાની ભૂલભુલામણીમાં પડતો નથી. ઈશ્વર ઉપર દઢ વિશ્વાસ અને શરણ રાખી જીવન વ્યતીત કરવું એ જ માયાને જીતવાનો અમોઘ ઉપાય છે.

# (૧૮) આનંદ

સાચો વૈષ્ણવ કદી બહારના વિષયોમાં સુખ બુધ્ધિ રાખતો નથી. ભગવત્ પ્રાપ્ત વૈષ્ણવનું સુખ ભગવાનમાં જ હોય છે. એના ચિંતનમાં, એના કીર્તનમાં, એની લીલાઓને યાદ કરવામાં અથવા એને કહેવામાં, અને એની સેવામાં જ એનો સઘળો આનંદ રહેલો હોય છે. એનો સાચો આનંદ અંતરમાં હોય છે. બહારના વિષયોના દર્શનથી, સ્પર્શથી, સાંભળવાથી કે સૂંઘવાથી મળતો આનંદ એ મનમાં લાવતો નથી. એ આનંદ આખરે-પરિણામે દુઃખરૂપ નીવડે છે.

**ये हि संस्पर्शजा भोगा दुःखयोनेय एव ते।**

જે વિષયોના સ્પર્શથી થતા ભોગ છે, તે દુઃખના ઉત્પાદક છે.

# (૧૯) પ્રભુપ્રેમ

બીજે બધેથી રાગ ખેચી લઇ કોઇ પણ જ્ગ્યાએ, કોઇ પણ કાળે, કોઇ પણ પ્રાણી પદાર્થ કે ક્રિયામાં આસક્તિ રાખ્યા વિના એક માત્ર શ્રીહરિમાં જ સર્વભાવપૂર્વક સૌથી અધિક સ્નહે બાંધવો એનું નામ ભકિત. આ દુનિયામાં પ્રેમ કરવા યોગ્ય એક શ્રીહરિ જ છે. બીજી જ્ગ્યાએ કરેલો પ્રેમ મોહ છે, પ્રેમ નથી; અને પરિણામે આવો પ્રેમ દુઃખમાં પરિણમે છે. શ્રીહરિ આવી અનન્ય પ્રેમ-ભકિતથી વશ થાય છે, ભક્તના હૃદયમાં પોતાનું સ્થાન જમાવે છે. ભક્તને પ્રભુ વહાલા લાગે છે અને પ્રભુને ભક્ત વહાલો લાગે છે. ભક્ત ભગવાનમાં બધું જુએ છે અને ભગવાન ભક્તમાં બધું જુએ છે.

# (૨૦) ચિંતા

જ્યારે બધી વસ્તુ ભગવાનની છે ત્યારે મમતા રાખવાનું સ્થાન જ ક્યાં છે? આપણે કઇ વસ્તુ આપણી પોતાની ગણી એની ઉપર મમતા રાખી શકીએ? જીવ અજ્ઞાનવશ, જેના ઉપર પોતાનો અધિકાર નથી તેને પોતાના ગણી એને મમતાપૂર્વક વળગી પડે છે. અને છેવટે જે વસ્તુ એની નથી તે વસ્તુ ભગવાન લઇ લે છે ત્યારે જીવ ધમપછાડા કરે છે, અકળાય છે, શોક કરે છે, અને અનેક પ્રકારની ચિંતા કર્યા કરે છે. આવી અણસમજને લીધે જ જીવ બંધનમાં પડે છે. સમજપૂર્વક ‘કોઇ વસ્તુ મારી નથી’ એવો પાકો નિશ્ચય થશે તો કદી ચિંતા સતાવશે નહિ. માટે જે વસ્તુ જેની છે તેને જ તે વસ્તુ અર્પણ કરી ચિંતામુક્ત બનવું.

# (૨૧) સાચી માલિકી

આપણે જે કોઈ વસ્તુ ઉપયોગમાં લેવાની હોય તે પ્રથમ શ્રીહરિને અર્પણ કરવી અને પછી જ એમના તરફથી મળેલી પ્રસાદીરૂપે એનો ઉપભોગ કરવો. 'આ વસ્તુ મારી છે, હું એનો સંપૂર્ણ માલિક છું. હું એનો ઉપભોગ કરવામાં સ્વતંત્ર છું, અને ગમે ત્યાં ગમે ત્યારે હું યથેચ્છ ઉપભોગ કરવા માટે અધિકારી છું' એમ કદી માનવું નહિ. આપણા જીવનના અધિકાર રૂપ એક શ્રીહરિ છે. એમની જ આ બધી વસ્તુઓ છે. એ જ સાચો માલિક છે; માટે જે કાંઈ આપણે ભોગવીએ તે એની જ કૃપાના ફળરૂપે આપણે ભોગવીએ છીએ, એવી ભાવના જાગ્રત રાખી વ્યવહાર કરવો. આમ કરવાથી સ્વાભાવિક રીતે અહંતા-મમતાનો નાશ થશે અને જીવ શોક, મોહ, લોભ વગેરેથી મુક્ત થશે.

# (૨૨) મન

એક બાજુથી ભગવાનની સેવા કરીએ, ભગવાનને ખાતર બધી બાહ્ય ક્રિયાઓ થતી રહેતી હોય, છતાં જો મન સંસારાસક્ત હોય તો ભગવાનના દર્શનનો લાભ આપણને મળતો નથી. ખરી રીતે તો મન સંસારના સઘળા પદાર્થો ઉપરથી ઉપરામ પામી જવું જોઈએ. લૌકિકના વિચાર ક્યાંય પણ મનમાં ઘુસાડવા નહિ. માત્ર શ્રીહરિના સુખનો જ વિચાર કરવો. ભગવાન આનંદસ્વરૂપ છે. એમની સેવા કરવાથી હંમેશા આપણે આનંદિત જ રહેવાનું છે. લૌકિક વસ્તુઓના અભાવમાં દીન બનવાનું નથી, કલેશ કરવાનો નથી. જો લૌકિક ચિંતા થઈ, કલેશ થયો તો નક્કી માનવું કે ભગવત્સેવા છૂટી ગઈ. ભગવત્સેવા કરનાર કદી શોકમ, બનતો જ નથી. દરેક અવસ્થામાં એને આનંદ હોય છે, કેમકે આનંદરૂપ પ્રભુ એના હૃદયમાં બિરાજે છે, એની તદ્દન નજીક છે.

## (૨૩) સંસાર

જો સંસારિક પદાર્થોની પ્રાપ્તિથી આનંદ થતો હોય, હર્ષ અનુભવાતો હોય, અને વિયોગથી દુઃખ, શોક ગ્લાનિ થતાં હોય તો નક્કી માનવું કે આપણામાં સંસાર રહેલો છે, હરિ રહેલા નથી. જેના હૃદયમાં હરિ બિરાજે છે તે કઇ વસ્તુની કામના કરે? ભગવાન સિવાય બીજું મેળવવાનું છે શું? આપણી બધી ક્રિયાઓ-પૂજા તેમજ સેવાનું ફળ એટલું જ છે કે શ્રીહરિ હૃદયમાં બિરાજે. જમી રહ્યા પછી જેમ પતરાળું ફેંકી દેવામાં આવે છે તેમ ભગવાન મળ્યા પછી કોઈ પણ પ્રકારની લૌકિક કે વૈદિક કામના રહેવી ન જોઈએ. લૌકિક કે વૈદિક કામના હૃદયમાં સંઘરી રાખીને ભગવાનની સેવા બની શકતી નથી.

## (૨૪) જીવન્મુક્તિ

રોગનો હુમલો થાય, એકાએક આફત આવી પડે, આર્થિક હાનિ થાય, સગા સંબંધી સ્ત્રી પુત્રાદિકથી આપણો ત્યાગ થાય, કોઈ પણ વાતે આપણે સંસારમાં સ્થિર થઇ શકીએ નહિ, ત્યારે પણ એક શ્રીહરિના શરણ, આશ્રયનો વિચાર કર્યા કરવો, એમનું શરણ લેવું, એમને શરણે રહેવાથી અત્યંત આનંદ અને શાંતિનો લાભ મળશે. જેનું મન આવા પ્રસંગે ભગવાનનું ચિંતન કર્યા કરે છે. અને પ્રભુની કૃપા અનુભવે છે તેના સદભાગ્યનાં કેટલાં વખાણ કરીએ! આ પરમ ભાગવતનાં દર્શન દુર્લભ છે. આવા ભક્તજનો જ સંસારમાં જીવન્મુકત તરીકે વિચરે છે. જેઓ સંસારના તાપથી કંટાળી પ્રભુનું શરણ મૂકી દઈ ચિંતામ, બને છે તેઓ દંભી છે.

## (૨૫) પ્રભુઇચ્છા

આપણે દરેક વાતમાં 'પ્રભુની ઇચ્છા' એમ બોલીએ છીએ ખરા, **बलीयसी केवलमीश्वरेच्छा** એમ જાણીએ છીએ; અને પ્રભુઇચ્છાને આધીન થવાને બદલે એની અવગણના કરીએ છીએ. પ્રભુની ઇચ્છા જ જો સર્વોપરિ હોય તો શોકને અવકાશ જ ક્યાં છે? પ્રભુની ઇચ્છા જ કાર્ય કરે છે, માનવની નહિ. મદારીની ઇચ્છા પ્રમાણે માંકડું નાચે છે. સ્વતઃ માંકડું કંઇ કરી શકવા સમર્થ નથી. તો પછી જે ઇશ્વર આ સમસ્ત પ્રાણીઓને પોતાના સંકલ્પ દ્વારા નચાવી રહયો છે તેનું અનન્યશરણ સ્વીકારી એની ઇચ્છામાં આપણી ઇચ્છાને મિલાવી આત્મસંતોષ કેમ ન અનુભવવો?

## (૨૬) સેવા અને કથા

પુષ્ટિમાર્ગના બે મહાન આદેશ છે : સેવા અને કથા : સેવા અને કથામાં જો આજીવન-આસક્તિ રહે અને કદી પણ આ બે સાધન છૂટે નહિ તો જાણવું કે એનો-ભક્તનો-ક્યાંય પણ નાશ થવાનો નથી. સેવાના અવસર વખતે સેવા કરવી અને સેવાનો પ્રસંગ ન હોય ત્યારે કથામાં આસક્તિ રાખવી. આ બેનો આશ્રય સતત રાખવો. કથાશ્રવણથી ભગવદ્‌લીલાનું અનુસંધાન ચાલુ રહે છે. ભગવાનનાં ગુણ, પ્રભાવ, રહસ્ય અને શક્તિનો પ્રભાવ રહ્યા કરે છે. અને જેનું ચિંતન સતત રહેતું હોય તે રૂપ થઇ જવાય છે, એ દરેકનો અનુભવ છે. માટે સેવા અને કથા એ બે સાધનોને જીવનમાં મુખ્ય કર્તવ્ય તરીકે ગણવાંજોઇએ. આ બે સાધનો વગર કદી રહેવું નહિ. દરરોજ સેવાકથા રસ પીધા જ કરવો **सेवाकथारसमहो नितरां पिबध्वम्** । (ભાગવત-માહાત્મ્ય)

## (૨૭) સ્વરૂપવિચાર

દેહની સ્થિતિ જયાં સુધી પ્રભુને રાખવી હશે ત્યાં સુધી રાખશે, માટે મરણની બીક છોડી દેવી અને જયાં સુધી દેહ છે ત્યાં સુધી પ્રભુના સ્મરણ વગર એક ક્ષણ પણ ન રહેવું એટલું ધ્યાન આપણે રાખવાનું છે. આપણે વસ્તુતઃદેહ, મન, બુદ્ધિ ઈન્દ્રિયો, પ્રાણ નથી, આ બધાથી પર આપણું સ્વરૂપ છે. એ સ્વરૂપને નથી જન્મ કે મરણ. આવી ઉચ્ચ સ્થિતિ પ્રભુથી ભિન્ન નથી. જે ભિન્નત્વ જુએ છે તે વૈષ્ણવ જ નથી. માટે પ્રભુના સ્વરૂપનો વિચાર કરી સાથે સાથે આપણા પોતાના સ્વરૂપનો પણ વિચાર કરતા રહેવું. અને જે આપણું નથી તેને આપણું માનતા અટકીએ એ જ ભગવાનની કૃપા સંપાદન કરવાનો રાજમાર્ગ છે.

## (૨૮) પ્રભુપ્રસન્નતા

જેનાં મન અને બુદ્ધિ ભગવાનમાં લાગેલાં હોય છે તેને કોઇ પણ પ્રકારનો કલેશ થતો નથી; એ નિરંતર તૃપ્ત રહે છે. કાન દ્વારા ભગવત્કથા રસનું પાન, મન દ્વારા એનાં ગુણો અને લીલાનું ચિંતન,બુદ્ધિ દ્વારા એક માત્ર પાકો વિશ્વાસ રાખી નિશ્ચિંત બની જવું. સર્વ ઈન્દ્રિયોને સ્થૂલ દૈહિક ક્રિયાઓ દ્વારા તદર્થ-પ્રભુપ્રીત્યર્થ સેવાકાર્યમાં લગાડવી, એ જ પ્રભુને પ્રસન્ન કરવાનો સુગમ ઉપાય છે. અને આ દુનિયામાં આવીને પ્રસન્ન કરવા સિવાય બીજું કરવાનું પણ શું છે? જેણે પ્રભુને પ્રસન્ન કર્યા તેનો જન્મ સાર્થક થયો, અને ગમે તે જગ્યાએ-યોનિમાં એ જીવ મુકત જ છે.

## (૨૯) કામના

ભગવાન પ્રસન્ન થયા કે પછી કોઈ વસ્તુ પ્રભુ પાસે માગવાની રહેતી નથી. પ્રભુ પાસે કોઇ કામના ટકી શકતી નથી. પ્રભુ પોતે આપ્તકામ છે. એમનો આનંદ આંતરિક છે.અરે, એ પોતે જ પોતામાં રમે છે. એમને બાહ્ય સાધનો આનંદ માટે ઊભા કરવાં પડતા નથી; એ તો સદા આત્મારામ છે. એવી રીતે ભકતે પણ આત્મારામ બનવાનું છે; જો એક પણ કામના રહી જશે તો એ અનર્થકારી બનશે; આવાગમનનો ફેરો ટળશે નહિ. જડભરતની નાનીશી કામના કેટલો બધો ઉત્પાત મચાવવામાં કારણભૂત બની હતી! માટે કામનાઓ આમૂળ-અશેષ થર્વા જોઈએ.

## (30) કૃષ્ણાર્પણ

શરીર, વાણી, મન, બુધ્ધિ, જ્ઞાનેન્દ્રિયો તથા સ્વભાવગત રહેલી વાસના દ્વારા જે જે કંઇ થાય-બની આવે તેને એ જ પળે પ્રભુના ચરણારવિંદમાં અર્પણ કરતાં જવું. એટલે સવારના જાગીએ તે સૂતાં સુધીમાં જે જે ક્રિયાઓ-સંકલ્પો થાય તે બધા ભગવાનને એ જ વખતે અર્પણ કરતા રહેવાની ટેવ પાડવી. અને આમ પ્રત્યેક ક્રિયા તથા સંકલ્પ અર્પણ થતાં પુણ્ય અને પાપનો સ્પર્શ આપણને થશે નહિ. અને પુણ્ય કે પાપ બન્નેમાંથી કંઇ પણ આપણી પાસે હશે નહિ તો જન્મ મરણ આપોઆપ મટી જશે અને સ્વાભાવિક રીતે પ્રભુને આપણે પામીશું.

## (૩૧) સંતોષ

પુષ્ટિમાર્ગસ્થ જીવ કદી ભગવાનને કહેતો નથી અથવા ઇચ્છતો નથી કે પ્રભુ મને ફલાણી વસ્તુ મેળવી આપે, અને અમુક વસ્તુ આપી મારી

મનઃ કામના પૂર્ણ કરે. પ્રભુને કહેવું કે 'મારે માટે આમ કરો કે એમ કરો' એ પ્રભુની ભક્તિમાં બાધકર્તા છે. 'મારુ અમુક થાઓ કે મારું અમુક દુઃખ નાશ થાઓ એવી ઊંડે ઊંડે પણ પ્રભુની પાસે પોતામાં રહેલી ઇચ્છા પુષ્ટિસ્થ જીવ મૂકતો નથી. પ્રભુની મરજી સિવાય પોતાની મરજી હોતી જ નથી. એ તો પ્રભુ જે જે સ્થિતિમાં રાખવા માગે તે તે સ્થિતિમાં ખૂબ સમાધાન પૂર્વક આનંદથી રહે છે.

## (૩૨) બાધા

મને અમુક વસ્તુઓ મળશે, મારું અમુક દુઃખ દૂર થશે, મારો રોગ જશે, મને વેપારમાં નફો મળશે, મારું અમુક સ્વજન સુખી થશે, કે રોગમુક્ત થશે, તો હે પ્રભુ! હું અમુક વસ્તુ-દ્રવ્ય તને અર્પણ કરીશ, હું આટલુ તારા માટે ખર્ચીશ. આવા પ્રકારની બાધા રાખી પ્રભુ પાસે કામ કરાવવાની દોસ્તી બાંધવી એ સાચા ભક્તનું લક્ષણ નથી, એ તો વ્યાપાર થયો. વ્યાપાર હોય ત્યાં ભક્તિ ટકી શકતી નથી. કોઈપણ કાળે, કોઈપણ જગ્યાએ, કોઈની પાસેથી આશા રાખીને પોતાનું કામ કરાવી લેવું એમાં પ્રભુ ઉપરના વિશ્વાસની ખામી છે.

## (૩૩) દોષ

લૌકિક કે વૈદિક કાર્યો માટે જેને જે વસ્તુઓ જોઈએ તે બધી પ્રથમ પ્રભુને સમર્પણ કરીને લેવી જોઈએ. પ્રભુને સમર્પણ કર્યા વગરની કોઈપણ ચીજ સાચા વૈષ્ણવને ખપતી નથી. પ્રભુને જે જે વસ્તુ સમર્પણ થાય તે તે વસ્તુમાં જો દોષ રહેલો હોય તો એ નીકળી જાય છે. પ્રભુના સંબંધથી દરેક વસ્તુ દોષ રહિત થઈ જાય છે. માટે વૈષ્ણવે દરેક વસ્તુ પ્રભુને સમર્પણ કર્યા પછી વાપરવાનો નિયમ રાખવો.

અસમર્પિત વસ્તુ લેવાથી આસુરાવેશ થાય છે, જીવ દોષયુક્ત બને છે, અને આ રીતે પ્રભુથી વિમુખ થઇ લૌકિકાસક્તિમાં બંધાય છે.

## (૩૪) દુઃસંગ

માત્ર બાહ્ય ચિહ્નો ધારણ કરવાથી આપણે વૈષ્ણવ થઇ ગયા એમ માનવાનું નથી. વૈષ્ણવતા તો હૃદયનો આંતરિક ધર્મ છે. બાહ્યાચારની આવશ્યક્તા જરૂર છે. કેટલીક વાર બાહ્યાચાર દંભનું સ્વરૂપ પકડે છે. અને અંદરના મેલ-કામ, મદ, અભિમાન, લોભ, કપટ વગેરેને ઢાંકવા પૂરતો એનો ઉપયોગ થાય છે. બાહ્ય સ્વાંગ સુંદર સજેલો હોય એવા, પણ અંદરથી કાંઇ જુંદા જ રૂપના હોય એવા કહેવાતા ભક્તોથી દૂર રહેવું. એઓનો સંગ બહુ જ વિચારપૂર્વક કરવો. આ બાબતમાં સાવધાની રાખવી. અને આવા ઢોંગી ભક્તોને ઓળખી કાઢવાની પણ વિવેકશક્તિ પ્રાપ્ત કરવી જોઇએ એ બધું જ અગત્યનું છે, નહિ તો એવા દુઃસંગમાં ફસાઇ જઇશું કે એમાંથી નીકળવું મુશ્કેલ બને છે.

## (૩૫) ગુપ્તતા

પુષ્ટિમાર્ગ ગુપ્ત છે, દેખાવ માટે છે જ નહિ, ભક્ત અને ભગવાનનો આંતરિક ઐકાંતિક સંબધ દૃઢ કરવાનો માર્ગ છે. ભક્તનું હૃદય ભગવાનને ઝંખે એના સિવાય એને દેખાય જ નહિ. એની દૃષ્ટિ કેવળ ભગવત્સ્વરૂપને જ જ્યાં ત્યાં જુએ, અને ભગવાન પણ પોતાના પ્રિયતમ ભક્તને જ દૃષ્ટિમાં રાખે. બન્નેનો સંબંધ એવો હોય કે એની જાણ કોઇ ત્રીજાને થાય જ નહિ. પોતાના ભગવાન અને પોતે, એની સાથે સંબંધ છે એની જાણ બીજાને કરવાની શી જરૂર? વખાણ મેળવવા? પોતાની મહત્તા વધારવા? આ બધું તો બાધક છે. પોતાના

મુખે પોતે જે કાંઇ કરતો હોય તેનું વર્ણન ભૂલ્યે ચૂક્યે પણ થઇ જાય તો તેથી આસુરાવેશ થઇ ગયો એમ નક્કી માનવું.

## (૩૬) રાગદ્વેષ

સાચો વૈષ્ણવ કોઈના તરફ રાગ કે કોઈ તરફ દ્વેષ રાખી લૌકિક વાતો કરવામાં આનંદ શોધતો નથી. લૌકિક વાતોમાં મુખ્યપણે રાગ અને દ્વેષ છુપાયેલા રહે છે. માટે વૈષ્ણવે તો જેમ બને તેમ મૌન રહેવું જોઈએ. મુખરતા દોષને લીધે ભગવદ્‌ભાવ હૃદયમાંથી સરી પડે છે અને ભગવદ્‌રસનો અપૂર્વ આનંદ અદૃશ્ય થઇ જાય છે. જીભ વાતો કર્યા વગર ન જ રહી શકતી હોય તો એને ભગવાનની લીલાઓનું ગાન કરવામાં જોડવી, ભગવાનના નામનો જપ કરવામાં જોડવી, ભગવત્કથા કરવી, ભગવદ્‌ગુણાનુવાદ ગાવા, અને ભગવત્કીર્તન કરવું. દિવસનો ઘણો વખત મૌનમાં ગાળવો.

## (૩૭) શાહુકાર કે ચોર

આપણે શાહુકાર કે ચોર? લગીર ઊંડા ઊતરીને વિચાર કરશું તો માલૂમ પડશે બહારથી શાહુકાર દેખાવાનો પ્રયત્ન કરીએ કે છીએ. પરંતુ વસ્તુતઃ આપણે ચોર જ છીએ. દેહ, ઈન્દ્રિય, મન, બુધ્ધિ, પ્રાણ એ આપણાં છે ખરાં? ભગવાનને આ બધાં સમર્પણ કરી ચૂક્યા છીએ. આ બધાનું ભગવાન ચાહે તેમ કરે. એ બધી વસ્તુઓના માલિક પ્રભુ છે છતાં સવારથી સાંજ સુધી આ બધી વસ્તુઓ મારી છે, તે બધામાં હું છું એવી એંઠી ભાવનાનો જ્યાં ત્યાં પરિચય આપીએ છીએ અને એની સાથે એવા ઓતપ્રોત થઇ ગયા છીએ કે એનાથી કેમ અળગા રહેવું એનું ભાન નથી. આમ ચોર હોવા છતાં શાહુકાર કહેવાઈએ છીએ.

## (૩૮) અનન્યભક્ત

જેને માથે પ્રભુ બિરાજે છે તેને કઇ વાતનું દૂ:ખ હોય? એને કઇ વાતની કમી હોય? એને કઇ બાબતની ચિંતા હોય? એના હૃદયમાં કઇ બાબતનો કલેશ હોય? જો ઉપર જણાવેલી બાબતો ભક્તને સતાવતી હોય તો જાણવું કે ભક્ત ભગવાનનાં સ્વરૂપ, સામર્થ્ય, પ્રભાવ અને રહસ્ય સમજ્યો જ નથી અને પ્રભુનો અનન્ય ભક્ત બન્યો જ નથી. જ્યાં અગ્નિ હોય ત્યાં ઠંડી રહી શકે ખરી? જ્યાં સૂર્યનો પ્રકાશ ઝળહળતો હોય ત્યાં અંધકાર રહી શકે ખરો? એવી જ રીતે જ્યાં આનંદકંદ પ્રભુ બિરાજતા હોય ત્યાં દૂ:ખ, દારિદ્ર, સંસારાસક્તિ, ખિન્નતા, શોક, મોહ વગેરે ટકી શકે ખરાં? ભગવદ્ ભક્ત કદી પ્રસન્નતા ત્યજતો નથી, દરેક હાલતમાં તે પ્રસન્ન રહે છે.

## (૩૯) સાધન

જો સાધનનું બળ રાખી પ્રભુને મેળવવાની ઇચ્છા હોય તો પુષ્ટિમાર્ગનો સ્પર્શ ન કરશો. આ માર્ગ તો જેણે સાધનના બળમાંથી મમતા છોડી દીધી હોય, જે તદ્દન દીન હીન બની કેવળ પ્રભુની કૃપા ઉપર અવલંબન રાખી પોતે કાંઇ પણ કરી શકવા અશકિતમાન હોય અને પોતાના બળથી કોઇ પણ ક્રિયા સિદ્ધિ થતી નથી એવો જેનો પાકો નિર્ણય થતો હોય તે જ પુષ્ટિમાર્ગમાં પ્રવેશ પામી શકે. સાધનથી પ્રભુપ્રાપ્તિ કરવાનો સમય હવે રહ્યો નથી, દેશકાળ, દ્રવ્ય, મંત્ર વગેરે બધું ફરી ગયું છે, માત્ર પ્રભુની કૃપા અને એનો આશ્રય એ જ ભકતનું સાચું બળ છે. માટે જ કહ્યું છે કે 'નિર્બલકે બલ રામ.' જે નિર્બલ છે તેનું બલ શ્રીરામ-પ્રભુ છે. દૈવી જીવે પ્રભુનો વિશ્વાસ રાખવો.

## (૪૦) મન

(જીવ ભગવાનની સેવા કર્યાનું શું અભિમાન રાખતો હશે?ભગવાનને એ શું આપી શકવાનો હતો? સહેજ પણ મનમાં આ ગર્વ થયો અથવા 'પ્રભુની મે તન મનથી માનસી સેવા આટલા પ્રમાણ માં કરી' એવું સહેજ પણ અભિમાન થયું તો જાણવું કે પ્રભુ રાજી નહિ થાય. પ્રભુનું જ આ બધું છે તો એને આપ્યાનો ગર્વ શો? પ્રભુ કઈ રીતે પ્રસન્ન થાય? પ્રભુને આપણે અનેક જન્મોથી જે આપ્યું નથી અને પોતાની પાસે જ જે રાખતા આવ્યા છીએ તેવી વસ્તુ આપવાથી પ્રભુ પ્રસન્ન થશે. આ વસ્તુ તે કઈ? એ આપણું મન. **મન પ્રભુને સોપી દો એટલે પ્રભુ એકદમ પ્રસન્ન થશે.** પ્રભુની આપેલી વસ્તુ પ્રભુને આપવાથી પ્રભુ પ્રસન્ન થાય. માટે જ પ્રભુ કહે છે કે તુ મારામાં મનને રાખ.

## (૪૧) ભગવદીયપણું

આ દેહને નિઃસાર માનવો. એને લઈને આ લોકમાં જ સ્તુતિ નિંદા થતી હોય તે આપણી માનવી નહિ. હું દેહથી જુદો છું એવી રીતે સદા સાક્ષીભાવ જાગ્રત રાખી વ્યવહાર કરવો. ન તો નિંદાથી કોઈ આપણું ઘસાતું બોલે તો ખિન્ન થવું યા ન તો કોઈ આપણાં વખાણ કરે યા આપણા માટે સારું સારું બોલે તો હર્ષ કરવો. ભક્તે આ બંનેનો ત્યાગ કરવાનો છે અને હંમેશાં ઉપર દૃષ્ટિ રાખ્યા સિવાય સ્થિર મનથી અને બુધ્ધિથી ભગદ્-આશ્રય દૃઢપણે રાખી, સાક્ષીભાવમાં રહેવું અન લૌકિક કામનો હૃદયમાંથી મૂળસહિત ઉચ્છેદ કરી ચિત્ત નિરંતર પ્રભુમાં સ્થાપી વ્યવહાર કરવો, એનું નામ ભગવદીયત્વ.

## (૪૨) વિરહ

પુષ્ટિમાર્ગ એટલે વિરહનો અનુભવ કરવાનો માર્ગ. શેનો વિરહ? ભગવાનનો વિરહ. આમ તો સ્ત્રી પુત્રાદિકનો વિરહ આપણે અનુભવીએ છીએ. એ વિરહને દૂર કરવા સંયોગ કઇ રીતે થાય એને માટે પ્રયાસો પણ કરીએ છીએ. પણ જીવને પ્રભુનો વિયોગ થયો છે, કેટલાય જન્મોથી એ વિખૂટો પડયો છે, એનું વિયોગદુ:ખ થાય છે ખરું? જેમ સ્વજનને મળવા મન તલપાપડ થાય છે તેમ પ્રભુને મળવાની તાલાવેલી લાગે છે ખરી? અનુભવવાની જરૂર છે. આ દુ:ખ આગળ દુનિયાના કોઇ પણ પદાર્થ ઉપર પ્રીતિ ઊપજે નહિ, કોઇમાં સુખબુધ્ધિ લાગે નહિ. **હું કેમ કરીને પ્રભુને મળું એ જ ભાવ પ્રધાનરૂપે રહે ત્યારે જ વિરહનો અનુભવ થાય.**

## (૪૩) પ્રત્યક્ષ

ખેલવુ, કુદવું, સાંસારિક પદાર્થોના વિષયોમાંથી આનંદ મેળવી એમા જ મસ્ત રહેવું, એની જ પ્રાપ્તિ અપ્રાપ્તિમાં સુખદુ:ખ અનુભવ્યા કરવાં, એ પુષ્ટિમાર્ગસ્થ જીવને શોભારૂપ નથી. બીજી ગમે તે વસ્તુઓને લાવીને ભગવદીય સમક્ષ રજુ કરો, એમાંથી સહેજ પણ આનંદ એ નહિ મેળવે. 'આ વસ્તુઓની પ્રાપ્તિથી હું હવે કૃતકૃત્ય થયો છું.' એવું એ કદી નહિ માને. મારે તો કેવળ એક શ્રીહરિ સાથે સંબંધ છે. મારે તો કેવળ એ જ જોઇએ. એનાથી અળગા રહેવામાં વિકળતાનો અનુભવ થાય અને દુનિયાના કહેવાતા પદાર્થોની પ્રાપ્તિ અપ્રાપ્તિ સંબંધી વિચારો હૃદયમાંથી નિર્મૂળ થાય ત્યારે જાણવું કે ભગવાન આપણી સમક્ષ પ્રત્યક્ષ પણે હાજર રહેલા છે. આવી સ્થિતિ આંતરિકછે, બાહ્ય દેખાવને લાયક નથી.

# (૪૪) શરણ

ગીતા અને ભાગવતનું દરરોજ અનુશીલન ભગવદભક્તે કરવું જોઈએ. પુષ્ટિમાર્ગ શરણાગતિના મુખ્ય તત્ત્વને અનુલક્ષીને રચવામાં આવ્યો છે. જીવ પ્રભુને શરણે ગયા સિવાય કૃતકૃત્ય થવાનો નથી અને જીવનું સ્વતઃ કાંઇ પણ સામર્થ્ય ન હોવાથી સર્વ સામર્થ્ય યુક્ત શ્રીહરિને સર્વ ભાવે શરણે જવું જોઈએ. **'त्वमेव शरणं गच्छ' 'मामेकं शरणं व्रज'** વગેરે ભગવાનની આજ્ઞાઓ પ્રત્યક્ષ રૂપે છે તો બીજા બધાનો વિચાર કર્યા વગર એકલા શ્રીહરિનો આશ્રય-શરણભાવ જાગ્રત રાખી નિરંતર રહેવું એ ગીતા ભાગવતના મર્મનું સર્વોત્તમ ફળ છે.

# (૪૫) સમતા

ભક્તનું જીવન સમતાના પાયા પર રચાયેલું હોય છે. એનું મન ભગવાનમાં સંલ, હોવાથી સાંસારિક કોઈપણ પદાર્થ નથી એનામાં હર્ષ ઉત્પન્ન કરી શકતો કે ન તો વિષાદ ઉત્પન્ન કરી શકતો. બધા બનાવો, બધી ક્રિયાઓ, બધાં પ્રાણીઓ-અને બધી લાગણીઓને એ સમાનભાવે-તટસ્થભાવે જુએ છે. અને પદાર્થ સારો ગણાતો હોય કે ખોટો ગણાતો હોય પરંતુ એની હર્ષ-વિષાદની કોઇ પણ અસર ભક્તના મન ઉપર ઉપજાવી શકતો નથી. આવી સ્થિતિમાં રહેનાર ભક્ત અહીં અને અધુના હાલમાં (અત્યારની સ્થિતિમાં) જ સંસારને પાર કરી ગયો હોય છે.

# (૪૬) દાસપણું

શરણાગતિનો માર્ગ સરળ છે. જીવે એટલું જ કહેવાનું છે, દઢપણે માનવાનું છે કે સ્ત્રહે પ્રભુ, હું તારો દાસ છું, હું તારો જ છુ, આ દેહ,

મન, બુધ્ધિ વગેરે ઉપર તારા એકલાનો જ અધિકાર છે; તારે જ તાબે એ બધાં છે તું એનું ફાવે તેમ કરથ. આમ કરવામાં વ્રત, તપ યોગ વગેરે સાધન કરવાં પડતાં નથી, માત્ર મનની ભાવના બદલી નાખવાની છે. પ્રભુ આપણા માલિક-શેઠ, આપણે એના આજ્ઞાધીન નોકર-દાસ. બસ આટલો જ ભાવ વારે વારે ગોખી રાખીને હૃદયમાં દૃઢ કરવાનો છે. સ્ત્રીઓ વૈશ્ય શૂદ્રો, અને પાપીઓ પણ આ માર્ગનું શરણ સ્વીકારી પ્રભુને પામી શકે છે. કેટલો સરળ માર્ગ!

## (૪૭) ભક્તસ્વભાવ

વૈષ્ણવથી કોઇની ઈર્ષ્યા થાય નહિ. ઈર્ષ્યા એ અગ્નિ સમાન છે. એ ઈર્ષ્યા કરનારને બાળે છે. વળી એમા પ્રભુદર્શનનો અપરાધ છે. સર્વમાં પ્રભુ રહેલા છે. સર્વને સુખની ઇચ્છા હોય છે. દુનિયાના બધા જીવો સુખી રહે એવી શુભેચ્છા ભક્તના હૃદયમાં રહેવી જોઇએ અને સર્વ ભૂત માત્રના પરમ હિતમાં એણે આનંદ અનુભવવો જોઇએ. એમ છતાં કોઇનો ઉત્કર્ષ જોઇ, કોઇની સારી સ્થિતિ જોઇ, કોઇને સુખી જોઇ આનંદિત થવાને બદલે એના સુખથી બળવાની વૃત્તિ થઇ આવે તો નક્કી માનવું કે ભગવાન કદી સંતુષ્ટ-પ્રસન્ન થશે નહિ. બળતા હૃદયમાં પ્રભુ વાસ કેવી રીતે કરી શકે? માટે પ્રભુએ કહ્યું કે મારો ભક્ત **सर्वभूतहिते रतः** સર્વભૂત માત્રના હિતમાં રચ્યાપચ્યો રહે છે.

## (૪૮) ચાર તત્ત્વ

પુષ્ટિમાર્ગસ્થ જીવને ભવગાન, ભકિત, ભાગવત, અને ભગવદીય આ ચારનો દૃઢ આશ્રય કરવાનો છે. આ ચાર સિવાય દુનિયામાં જાણે

બીજા કોઈનું અસ્તિવ જ ન હોય એવી નિષ્ઠા આ ચારેયમાં કરવાની છે. આ ચારનું તાદાત્મ્ય વારંવાર જીવનમાં વિચારવાનું છે. એના બધા વ્યવહાર આ ચારને અનુલક્ષીને થાય.જાગ્રત અવસ્થામાં આ ચારને દૃષ્ટિ સમક્ષ રાખવાનાં છે અને મન બુદ્ધિ પ્રાણ વગેરેને તથા દેહનાં સંપૂર્ણ કાર્ય પણ આ ચારની સેવા અર્થે જાણે બનતાં હોય એવી રીતે કરવાનાં છે. આ ચારમાંથી જો એક પણ અંગનો આશ્રય નહિ થાય તો આસુરાવેશ જરૂર થઈ જવાનો. માટે જાગ્રતનો સઘળો સમય કાં તો ભગવાનનાં સેવસ્મરણમાં વ્યતીત થાય, કાં તો ભગવાનનું અનુશીલન થાય, કાં તો ભગવદીયનો સંગ સધાય, કાં તો ભકિતનું સ્વરૂપ વિચારાય.

## (૪૯) ચિત્ત

ચિત્ત ઉપર વિજય કેમ મેળવવો અને મનને વશ કેમ કરવું, એનાં અનેક સાધનો-પ્રયોગો પ્રક્રિયાઓની શોધખોળો અનાદિ કાળથી ચાલતી આવે છે. દરેકનો અનુભવ છે કે મન વશ કર્યા સિવાય ચાલવાનું નથી. મન વશ કરવાનું ન બની શકે તો જીવન નકામું ગયું; બધી કમાણી કરી હોય તોપણ એ બધી વ્યર્થ જવાની. પુષ્ટિમાર્ગમાં ચિત્તવિક્ષેપ દૂર કરવાનો સરળ સુસાધ્ય ઉપાય રહેલો છે. ભગવાન સાથેનો સંપર્ક સાંધો. પ્રભુ સંબંધી ક્રિયાઓ કરો. અને સેવા કર્યા સિવાય રહેવું નહિ. કથા વાર્તાને મુખ્ય ગણવી. અને ભગવાન કહે છે તે પ્રમાણે

**मच्चित्ता मद्गतप्राणा बोधयनतः परस्परम् ।**
**कथयन्तश्च मां नित्यं तुषयन्ति च रमन्ति च ।।**

આ ક્રિયા સ્વાભાવિક રીતે નિરંતર ચાલુ જ રહે છે.

## (૫૦) મનોજય

ચિત્ત ઉપર કાબુ મેળવવાનો જે શ્રમ બીજા માર્ગીઓને કરવો પડે છે તે પુષ્ટિમાર્ગમાં વિના પ્રયત્ને થઇ જાય છે. ભકતને એમ પણ લાગતું નથી કે હું મનને કાબુમાં રાખવા પ્રયત્ન કરું છું. સ્વાભિવાક રીતે મન, બુદ્ધિ વગેરેની ગતિ પ્રભુમાં જ થાય છે. કારણ કે આખો વખત એનું મન સેવામાં તેમજ સેવાની તૈયારીઓમાં જેમકે વસ્ત્રો તૈયાર કરવા, સામગ્રી, પ્રભુ માટે માળાજી બનાવવી વગેરેની તૈયારીઓમાં જ એનું મન, બુધ્ધિ પરોવોયલી રહે છે. આ ઓછો લાભ છે? અલબત્ત જીવે ખૂબ કડક ચોકી રાખવાની છે કે પોતે પ્રભુ સિવાય બીજું કંઇ ઝંખે નહિ, પ્રભુ સિવાય બીજે આસકિત રાખે નહિ, અને એકલા પ્રભુને મેળવી લેવાના છે. બીજા કામક્રોધાદિક તસ્કરોના પ્રવેશ માટે અવસર જ મળવાનો નથી અને તેથી જીવ અનાયાસે આ દુસ્તર સંસારસાગરને તરી જાય છે અને કૃતકૃત્ય થઇ જાય છે.

## (૫૧) સહનશીલતા

સર્વ પ્રકારની પ્રતિકુળતાને સહન કરવાની, સર્વ પ્રકારનાં દુ:ખોને સહન કરવાની તાકાત પુષ્ટિમાર્ગસ્થ જીવે મેળવવાની છે. જો આવી પડેલાં આધ્યાત્મિક, આધિભૌતિક કે આધિદૈવિક દુ:ખોનાં રોદણાં રડયા કરવામાં આવશે તો પ્રભુ આશ્રયતૂટી જશે. અને આ દુ:ખો એ દુ:ખો નથી, પરંતુ એક કસોટી છે, અિ, પરીક્ષા છે. એમ માની પ્રભુના વિધાનમાં ખૂબ સમાધન મેળવી સહનશીલતા રાખવી એ ભક્તને માટે અનિવાર્ય બની જાય છે. વાત કરવાથી કાંઇ આવી જતું નથી. પરંતુ સહન કરવાથી એનો અનુભવ થઇ શકે છે. માટે જ ભગવાને આજ્ઞા કરી છે કે **तान तितिक्षस्व भारत** । એઓને તું સહન કર, અને

પરિણામ અમૃત તત્વની પ્રાપ્તિ. **त्रिदुंखसहनंधैर्यम्** । ત્રિવિધ દુ:ખ સહન કરવાં. સ્ત્રી અને નોકરના અપમાન પણ સહન કરવાની આજ્ઞા છે.

## (૫૨) અભિમાન

જીવ નકામી અહંતા મમતા કર્તૃત્વાભિમાનથી મદમસ્ત બની કૂદાકૂદ કરે છે. જીવ કોઈપણ પ્રકારે મદત્યાગ કરવાનો છે. શ્રી હરિરાય મહાપ્રભુજીએ મદના ૨૧ પ્રકાર ગણાવ્યા છે. એ બધા મદ સ્મરણમાં રાખી જ્યારે જ્યારે મદ ઊભરાઇ આવે ત્યારે ત્યારે જાગ્રત રહી એનો તરત જ ત્યાગ કરવાની જરૂર છે. એ મદ આ પ્રકારના છે. વિદ્યા, ધન, કુલીનતા આ ત્રણ પ્રકારના મદ મુખ્ય છે. એ સંબંધી અભિમાન થાય તો વૈષ્ણવતા રહે નહિ. હું આટલી વિદ્યા ભણ્યો છું. હું સારો વિદ્વાન છું, જ્ઞાની છું, વિગેરે વિદ્યામદ છે. સ્રહું આટલી મિલકત ધરાવું છું.થ વગેરે ધનનો મદ છે. હું આવા ઊંચા કૂળમાં જન્મ્યો છું. મારા જેવું કૂળ બીજા કોઈનું નથી વગેરે કુલીનતાનો મદ છે.

## (૫૩) મદત્યાગ

વિવેકબુધ્ધિ વાપરી આ બધામદોનો ત્યાગ કરવાનો ઉપદશે શ્રી હરિરાયજી આપે છે. દરેક મદ કઇ રીતે આપણને અધોગતિઓ તરફ લઇ જાય છે, તથા આપણે કેવી રીતે એમાંથી છૂટવું. એ બાબતનું સરળ અને હદયમાં ઝટ ઊતરી જાય એવું વર્ણન એમણે એમાન સ્રમદત્યાગહેતુથનામના ગ્રંથમાં કરલું છે; દરેક મદનું સ્પષ્ટીકરણ કરી શા માટે આપણે મદ ન કરવો એ સમજાવ્યું છે; માટે ત્યાં એ ગ્રંથ જોઇ લેવો. અહી તો એટલું યાદ રાખવું જરૂરી છે. કે, **જીવે કોઇ પણ રીતે અભિમાન મનમાં લાવવાનું નથી અને સર્વદા સર્વ સ્થળે દીનતા**

**રાખવાની છે,** મદત્યાગ હેતુ પણ જીવનમાં દીનતા પ્રકટ થાય એ જ છે.

## (૫૪) કૃપાબળ

પુષ્ટિમાર્ગનું આચરણ એ ખાંડાની ધાર પર ચાલવા જેટલું દુઃખકર અને જોખમ કારક છે. વિષયોમાં તરબોળ રહેવા છતાં એનાથી અલિપ્ત રહેવા જેવું છે, કોલસાની વખારમાં રહી કોલસાનો વેપાર કરી હાથ, પગ, વસ્ત્રાદિ શુદ્ધ ડાઘ પડયા વિનાનાં રાખવાની કળા હસ્તગત કરવા જેવું છે. સાચી જ અગ્નિ પરીક્ષા છે. જ્ઞાન, વૈરાગ્ય અને પ્રભુકૃપાનું બળ ન હોય તો આ માર્ગમાં સ્થિતિ થવી ઘણી જ મુશ્કેલ છે. લપસી પડવાનાં અનેક સ્થાનો છે. ભયસ્થાનો અનેક છે, પણ એ બધામાંથી પાર ઊતરવા માટે બળ-પ્રભુ કૃપાનું બળ અત્યંત જરૂરી છે. માટે જ પ્રતિક્ષણ ભગવાનની કૃપાના ભરોસા ઉપર રહી જીવન વ્યતીત કરવું જોઈએ.

## (૫૫) રક્ષાત્મક માર્ગ

(પુષ્ટિમાર્ગ જીવનત્યાગનો માર્ગ નથી, સંન્યાસનો માર્ગ નથી, ત્યાગનો માર્ગ છે, સંસારમાં રહી, ગ્રહસ્થાશ્રમમાં રહી, માણસોના સમુહ વચ્ચે રહી પ્રભુને મેળવવાનો અત્યુત્તમ સુલભ ઉપાય બતાવનારો માર્ગ છે. સંગીત, કીર્તન વગેરેનો વિકાસ પુષ્ટિમાર્ગમાં ઉચ્ચકક્ષાઓ પહોચ્યો છે. હસ્ત ઉધોગને મહત્વનું સ્થાન પુષ્ટિમાર્ગમાં છે. ચિત્રકળા તો ખાસ ઉચ્ચકક્ષાએ પહોંચેલી છે. એકમેકનો સહકાર સાધી સમાજને સુવ્યવસ્થિત રાખવાની કળા પુષ્ટિમાર્ગમાં દૃષ્ટિગોચર થાય છે. મંદિરમાં

ઋતુ અનુસાર થતાં ઠાકોરજીનાં દર્શન હૃદયમાં અનેરી છાપ પાડે છે. આમ પુષ્ટિમાર્ગ રક્ષાત્મક માર્ગ છે.

## (૫૬) નિરોધ

ભગવાન પોતે પણ કહે છે. જીવ મારા અનુગ્રહ વગર, મારી કૃપા વગર કાંઇ પણ કરી શકતો નથી. સર્વ પ્રકારની મુશ્કેલીઓને તરી જવાનો સુગમ માર્ગ પ્રભુ બતાવે છે : **मच्चितः सततं भव** - મારામાં હંમેશા ચિત્ત રાખ. અને આ એક શરતનો અમલ બરાબર નિષ્ઠા પૂર્વક થશે તો ફળ શું મળશે?

**मत्प्रसादत् सर्वदुर्गाणि तरिष्यसि** મારી કૃપાના બળે તું સર્વ પ્રકારની મુશ્કેલીઓને તરી જઇશ. મારામાં ચિત્ત રાખવું એટલું બસ નથી, પણ સાથે મારી કૃપા પણ તારે જોઇશે જ. કૃપાબળ એ જ સાચું બળ છે. એ માટે પ્રભુમાં નિરોધ રાખવો એ ખાસ સિદ્ધાંત છે. નિરોધનો **'ચિત્તવૃત્તિ પ્રભુમાં જોડવી'** એ મુખ્ય અર્થ છે.

## (૫૭) પરોપકાર

કોઇએ કરેલા ઉપકારને યાદ રાખવો અને અપકારને ભૂલી જઇ કોઇની ઉપર વખત આવ્યે ઉપકાર કરવો, એનું ભલું ઇચ્છવું એ ભગવદીયનો મોટામાં મોટો ગુણ છે. ભગવદીય કોઇની તુચ્છ બુદ્ધિ પર, આસુરી સ્વભાવ ઉપર તિરસ્કાર કરતો નથી. એની દયા ખાય છે અને પ્રભુ એની બુદ્ધિને સુધારે એવી અપેક્ષા રાખે છે. સર્વ પ્રાણી માત્રમાં પ્રભુ બિરાજે છે. અને મન, વચન કે કર્મ દ્વારા કોઇની હિંસા ન કરવી એ ભગવદીનું મહાવ્રત હોય છે. કોઇના દોષ જોવાની પુષ્ટિમાર્ગમાં સખત મનાઇ છે. કોઇના ગુણદોષની પંચાતમાં નહિ પડવાની ભગવાનની આજ્ઞા છે.

# (૫૮) સમાનતા

ભક્તોને નથી સુખમાં હર્ષ કે નથી દુઃખમાં ઉદ્વેગ. બંનેમાં એકજ પ્રકારની સ્થિતિ એ રાખે છે. એનો સંબંધ સુખ દુઃખ સાથે નથી. સુખ દુઃખ આપનાર પદાર્થો, પ્રાણીઓ, ક્રિયાઓ કે ભાવો સાથે નથી, પરંતુ એનો સબંધ તો એક માત્ર સચ્ચિદાનંદાસ્વરૂપ શ્રીકૃષ્ણ પરમાત્મા સાથે છે. ઐહિક સુખદુઃખમાં એનું મન જોડાતું જ નથી અને તેથી ઐહિક લાભ કે હાનિની ગણતરી એ કાર્યા કરતો નથી. ઐહિક લાભ હાનિ ક્ષણિક છે, અસ્થિર છે. જ્યારે પ્રભુ સાથેનો સંબંધ નિત્ય છે. ક્ષણે ક્ષણે આનંદજનક છે અને શાંતિપ્રદ છે. સુખ અને દુઃખ જ, ઠંડું અને ગરમ, લાભ અને હાનિ, હાર કે જીત દરેકમાં ભકત-સાચો વૈષ્ણવ સમતોલપણું રાખે છે.

# (૫૯) તાદ્દશી જન

સેવા કરવી તો તાદ્દશી ભકત, સંતની કરવી, ચિંતન કરવું તો ભકત સંતનું કરવું , આશ્રય કરવો તો ભકત સંતનો જ કરવો, કરાણ કે આચાર્યજી મહાપ્રભુજી કહે છે કે **असत्सेवया नाशः सत्सेवया कृतार्थता** અસતની સેવા થશે તો નાશ થશે, સતની સેવા થશે તો કૃતાર્થ થવાશે. હવે સત્ શું અને અસત્‌ની વ્યાખ્યા શું એનો વિચાર કરવો જોઇએ. સત્ અને અસત્‌ની વ્યાખ્યા શ્રીભગવાને સ્વમુખેજ ગીતાજીમાં આપેલી છેઃ

**नासतो विद्यते भावो, नाभावो विद्यते सतः** ।

અસત વસ્તુ એ કેજેનું કદી અસ્તિતિવ જ ન હોય અને સત વસ્તુ એ કે જેનો કદી અભાવ-નાશ ન થાય. હવે વિવેકી વિચારી લે કે સંસારમાં આ વ્યાખ્યા પ્રમાણે સત્ શું અને અસત્ શું છે? ‘તાદ્દશીજન તેને જાણિયે રે જેમાં એવા ગુણ હોય રે’ એ દયારામભાઇનું પદ વિચારવું.

## (૬૦) કૃતાર્થતા

આપણે જે જે પદાર્થો, પ્રાણીઓ, ઘરબાર, સ્ત્રી, પુત્રાદિક, કીર્તિ, સંપત્તિ વગેરે જોઇએ છીએ તે શું સત્ છે? તો પછી આપણાથી સતની સેવા થાય કે અસતની? સત્ વસ્તુ આ સંસારમાં કઇ છે? એ તો એક માત્ર હરિ જ સત્ છે, બાકી એમના સિવાય બીજું બધું અસત્ છે. એ બધાં તો આવવા અને જવાના સ્વભાવવાળાં છે, સુખ દુઃખ આપનારાં છે. સંયોગ વિયોગ દ્વારા તેમના સંસ્કારો આપણા અંતઃકરણમાં ન પડે. એક માત્ર શ્રીહરિના ચરણકમળનો દ્દઢાશ્રય રખાય એ જ સત્સેવન છે. આવી સત્સેવનાથી કૃતાર્થતા અનુભવાય છે. ૮૪-૨૫૨ જેવા શ્રીમહાપ્રભુજી શ્રીગુસાંઇજીના કૃપાપાત્ર ભક્તો એ સત્યપુરૂષો હતા, જેમના દિવ્ય સમાગમના પરિણામે જીવન ઉજ્જ્વલ બનતાં હતાં. માટે જ ૮૪-૨૫૨ વૈષ્ણવેની વાર્તા દરરોજ વાંચવી.

## (૬૧) દ્દઢ ભક્તિ

જેમ કામી પુરુષ અથવા સ્ત્રીનું મન એકમેકમાં લાગેલું રહે છે. જેમ પાણી ભરનાર સ્ત્રીનું મન બેડામાં રહે છે. જેમ લોભી-કૃપણનું મન ધનમાં ચોંટેલુ રહે છે, જેમ નટની દૃષ્ટિ દોરડા ઉપર રહે છે, જેમ જંગલમાં ચરવા ગયેલી ગાયનું મન પોતાના વાછરડામાં રહે છે,જેમ પવિત્રતા સ્ત્રીનું મન પરદેશ ગયેલા પતિમાં રહે છે, જેમ બાળકનું મન પોતાની સમીપમાં રહેનાર માતામાં રહે છે, જેમ વ્યસનીનું મન પોતાને જે બાબતનું વ્યસન હોય તેની જ ઝંખના કર્યા કરતું હોય છે. તેવી રીતે જ ભગવાનમાં ભકતનું મન નિરંતર ચોટેંલું રહે છે. ગમે તેટલો પ્રયત્ન કરીએ તોપણ એમાંથી ખસે નહિ ત્યારે ભકિત દ્ઢ થઇ કહેવાય. ‘ભકિતપોષણ’ માં દયારામભાઇએ ઉપર મુજબ કેટલીક સરખામણી બતાવી છે.

# (૬૨) સાવચેતી

જેમ ચારે બાજુથી સમુદ્રમાં પાણી આવતાં સમુદ્ર પાણીથી ભરાયેલો રહે છે, તેમ ભકતના જીવનમાં હૃદયમાં-સર્વ બાજુએથી ભગવન્મય વ્યવહાર ઠલાવતો રહે છે. એનું જોવાનું, સાંભળવાનું, ખાવાનું, પીવાનું, સ્પર્શ કરવાનું, સૂંઘવાનું, આપવાનું, લેવાનું, બોલવાનું, ટૂંકમાં જ્ઞાનેન્દ્રિયો દ્વારા થતા સર્વ વ્યવહાર ભગવન્મય-ભગવદર્થ હોઇ હૃદયમાં ભગવદ્ભાવ ઢલવાતો રહેછે. અને આમ સતત અહર્નિશ ભગવદ્ભાવથી પૂરિત હદય સચ્ચિદાનંદનો અનુભવ કેમ ન કરે! આવા હદયમાં અશુધ્ધ, અજ્ઞાન, મલિન, સ્વાર્થમય વાસનાઓ ક્યાંથી ઉદ્ભવે? કામ ક્રોધરૂપી તસ્કરો-ચોરો ત્યાં ક્યાંથી દષ્ટિગોચર થાય? આ ચોરો પોતાનો પ્રવેશ આવા ભક્તોના હદયમાં ન કરે માટે શ્રીકૃષ્ણઃ શરણં મમં તથા , શ્રીકૃષ્ણસેવા સદા કાર્યા ની આજ્ઞા શ્રીમહાપ્રભુજીએ કરેલી છે.

# (૬૩) ચિંતાત્યાગ

જેમનાં પૂર્વજન્મનાં પાપ ફરી વળ્યાં હોય, જેઓ બર્હિર્મુખ હોય અને જેઓ દેહાત્મવાદી હોય, અને જેમનું મન સંસારમાં આસક્ત હોય, તેઓ ભગવાનને શરણે જતા નથી. જીવે વિચાર કરી જોવો કે હું પ્રભુને શરણે છું? શ્રીકૃષ્ણઃ શરણં મમં ની કેટલીય માળાઓ દરરોજ ફેરવ્યા કરું છું, અને વારંવાર મોઢેથી એ મંત્ર બોલું છું પણ ખરો, પરંતુ પ્રભુને શરણે રહી બધો બોજો, બધી ચિંતા છોડી દીધી છે ખરી, નિશ્ચિંતતા આવી છે ખરી? વારંવાર શ્રીમહાપ્રભુજીની આજ્ઞા થયેલી છે કે ચિંતા ન કરવી જોઇએ, નિશ્ચંત થવું જોઇએ, પરંતુ અંદરથી કોરી ખાતી કેટકટલી ચિંતાઓ આ જીવને સતાવી રહી છે!

## (૬૪) ભક્તિનું ફળ

જેમ દવા ખાઇએ અને એનાથી ગુણ થયો છે કે નહિ એ મોઢા ઉપરથી જણાઇ આવે છે, તેમ ભક્તિ ફળી છે કે નહિ. ભક્તિ છેક હાડમાં ઊતરી જઇ પચી ગઇ છે કે નહિ એ જાણવાનું સાધન આચારમાં-વર્તનમાં કેટલો ફેરફાર થયો. સ્વભાવમાં શો સુધારો થયો, અન્ય સાથેના સંબંધોમાં રાગદ્વેષ ઊભરાઇ આવે છે કે નહિ, આવી કસોટી દ્વારા ભક્તિ ફળદાયી નીવડી છે કે નહિ એની પરીક્ષા થઇ શકે છે. જરા જરા વારમાં તપી જનાર, બીજાને કંટકની જેમ ખૂંચે તેવી વાણી અવારનવાર બોલનાર, અને વારે ઘડીએ પૈસાની ગણતરી કરી મનમાં આર્થિક લાભને જોયા કરનાર ભક્ત કદી સાચો વૈષ્ણવ કહેવાય નહિ. કામ ક્રોધ અને લોભ એ ત્રણ નરકનાં દ્વાર છે. એ ત્રણેનો ત્યાગ કર્યે જ છૂટકો.

## (૬૫) અનુગ્રહ-દર્શન

જે વસ્તુ જેની પાસે નથી તે માટે તેણે પ્રભુનો આભાર માનવો કે એટલી સાચવવાની જવાબદારીમાંથી પ્રભુએ એને મુક્ત રાખ્યો. વસ્તુના અભાવમાં દુ:ખ માનવું એ સારી રીત નથી. પ્રભુ જે સ્થિતિમાં મૂકે તેનાથી મનનું સમાધાન માની લેવું. અને પ્રત્યેક પળે પ્રભુ મારા ઉપર અનુગ્રહ-કૃપા વરસાવી રહ્યા છે, હું પ્રત્યેક પળે એમનાં અનુગ્રહને પાત્ર બની રહ્યો છું. મારે માટે જે યોગ્ય છે તે મને પ્રભુ આપી રહ્યા છે, પ્રભુ યોગ્યને યોગ્ય આપવામાં તદન ન્યાયી છે, ઉદાર પણ છે. એની યોજના સર્વવાતે સર્વને સર્વ અવસ્થામાં હિતકર અને સુખપ્રદ હોય છે. હું તો સર્વાધાર પ્રભુને સર્વાંશે, સર્વભાવે, સર્વકાળે, અને સર્વજગ્યાએ વળગી રહેવાનો જ મારો ધર્મ માનું છું.

# (૬૬) ભાગ્યશાળી કોણ?

જેને માથે ભગવાન છે, જે શ્રીકૃષ્ણનો આશ્રય રાખે છે તે જ સનાથ છે; બાકી બીજા બધા ભગવાનના આશ્રય વગરના અનાથ જ કહેવાય, પછી ભલેને એમની અઢળક સંપત્તિ હોય, એમને માતા પિતા હોય, પુત્રપૌત્રાદિક હોય, સગાં સંબંધી મિત્રવર્ગ હોય. અધિકારયુક્ત હોય, તો પણ એ બધા અનાથ જ છે. ઉપર ગણાવેલી ચીજો મળવાથી માનવ ભાગ્યશાળી કહેવાતો નથી, એ બધી ચીજો તો પાપી માણસની પાસે પણ હોઈ શકે, પરંતુ જેણે ભગવદાશ્રય દૃઢ કરી લીધો હોય, જેનું મન ભગવાનના ચરણકમળમાં રમતું હોય, જેના હૃદયમાંથી પ્રભુ એક ક્ષણવાર માટે પણ ખસતા ન હોય, અને જેનું મન સતત ભગવાનનું સ્મરણ કર્યા સિવાય રહી શકતું ન હોય તે જ ખરો ભાગ્યશાળી છે, તે જ ધન્યવાદને પાત્ર છે.

# (૬૭) મદવર્ણન

જુવાનીનો મદ, પુરુષાર્થનો મદ, બાલ્યાવસ્થામાં વાચાળપણાનો મદ, સૌન્દર્યરૂપનો મદ, લોકો તરફથી માનપાન મળવાને લીધે થયેલો મદ, સગાં વહાલાંનું પોષણ કરવાની શક્તિનો મદ, દાનકર્યાનો મદ, શત્રુઓને જીતવાથી થયેલો મદ, સારાં કે ઝાઝાં સંતાન હોવાને લીધે થયેલો મદ, આજ્ઞાકારી સ્ત્રી પુત્ર વગેરે હોવાનો મદ, જ્ઞાનીપણાનો મદ, ભક્તિનો મદ, રાજદરબારમાં મળતા માનનો મદ, વૃદ્ધો તરફથી થતા સત્કારનો મદ, વૈરાગ્યનો મદ, સુખસગવડવાળાં સાધનો તથા ખાનપાન મળવાને લીધે થયેલો મદ, આ બધા મદ બાધક છે. ઉપર ગણાવેલી કોઈપણ બાબતમાં અભિમાન કરવું નહિ. સર્વદા, સર્વસ્થળે દીનતા રાખી વૈષ્ણવે વર્તવાનું છે.

## (૬૮) મનઃશાતિ

મનની શાન્તિ માટે જીવ અનેક ધમપછાડા કર્યા કરે છે, પણ એ કેમેય કર્યું શાન્ત થતું જ નથી. અનેક જન્મોનું તપ ઉદય પામે ત્યારે અંતઃશીતલતા અનુભવાય. મન શાન્ત ન થાય તો સુખ ક્યાંથી મળે? **अशान्तस्य कुतः सुखम्** । જેનું મન અશાન્ત છે તેને સુખ ક્યાંથી મળે? ત્યારે મન શાન્ત થાય ક્યારે? શમ એ તો એક મહાન સાધન છે. પણ મનઃશાન્તિનો ઉપાય ભગવાન પોતે જ બતાવે છે. **शम मन्निष्ठता बुद्धें** । **મારામાં બુદ્ધિની સ્થાપના.** એટલે શાન્તિ આપોઆપ આવી જ જવાની. ભગવાનની સેવા દ્વારા બુદ્ધિની નિષ્ઠા ભગવાનમાં સ્વાભાવિક રીતે જ અનાયાસે થઇ જાય છે. અનેક પ્રકારનો મનમાં પ્રભુવિરહનો તાપ અનુભવ્યા પછી જ પ્રભુમિલન-દર્શનનો લાભ થાય ત્યારે જ શાન્તિ મળે.

## (૬૯) લાભ કોને કહેવાય?

**'धनधान्यपशुपुत्रलाभम्'** લાભ કહેવાય નહિ, ભગવાન ના પાડે છે. લાભ તો એને કહેવાય કે જે લાભ મેળવીને એનાથી અધિક બીજો કોઇ લાભ હોઇ શકે જ નહિ. અને જેને મેળવીને માનવ પૂર્ણ સંતોષનો અનુભવ કરે. તો એ લાભ ક્યો? ભગવાન ઉદ્ધવજી પ્રતિ કહે છે કે **'लाभोम'भक्ति उत्तम्** જીવને જો મારી ભક્તિ પ્રાપ્ત થાય તો એ ઉત્તમ લાભ છે, જીવ આ સંસારમાં ક્યા લાભની પાછળ પડ્યો છે? એના અંતરાત્મામાં ક્યો લાભ વસ્યો છે? ભકિત એ જ જો ઉત્તમ લાભ ભગવાને માન્યો છે તો આવી ભકિત જીવનમાં ઉતારવા પોતે શો પ્રયત્ન કર્યો છે? જીવ પોતે જ પોતાના લાભનું સરવૈયું કાઢે.

## (૭૦) મનનું સમાધાન

ભગવાનની આપણા ઉપર સદૈવ કૃપા જ છે, અને એમની અવકૃપા આપણી ઉપર થતી જ નથી એ ભાવમાં અડગ રહેવું એ ભકતનો મોટો ગુણ છે. જો કદી મનમાં એમ થાય કે અરેરે! આટલી બધી ભકિત કરવા છતાં, પ્રભુએ મારી ઉપર આટલું બધું દુઃખ નાખ્યું? તો ન૧/રી માનવું કે પ્રભુની ભક્તિ આપણે સાચી રીતે કરી જાણી જ નથી. ચિત્તમાં ઉદ્વેગ ઉત્પન્ન કરીને પણ પ્રભુ જે કંઇ કરી રહ્યા છે તે એમની લીલા જ છે. મારા કલ્યાણ માટે, મારા શુભ માટે અને મારી ઉન્નતિ માટે જ પ્રભુએ આવા પ્રકારનું દુઃખ નાખ્યું છે, એમ માની નિશ્ચિંત રહેવું, અને પ્રભુ ઉપર સહેજ પણ અભાવ ન લાવવો એ સાચા ભક્તનું લક્ષણ છે.

## (૭૧) અંધવત્ મૂકવત્ બધિરવત્

શાસ્ત્રમાં અંધવત્, મૂકવત્ અને બધિરવત્ એટલે જાણે કે આપણે આંધળા હોઈએ, મૂગાં હોઈએ અને બહેરા હોઈએ, એ રીતે વર્તવાનું કહેલું છે, અને આવી રીતે વર્તનારની ઉચ્ચકોટિના સંત તરીકે ગણના કરેલી છે. ભક્તિ માર્ગમાં અંધવત્ એટલે આંધળાની માફક વર્તવું એટલે ભગવાન સિવાય બીજું કઇ જોવું નહિ, યા તો એમના સિવાય બીજું કંઇ જોવામાં રસ ન અનુભવવો. મૂકવત્ એટલે ભગવાન સિવાય બીજા કોઇના ગુણાનુવાદ ગાવા નહિ અને બીજાની નિંદા કે સ્તુતિમાં રસ ન લેવો, લૌકિક બાધ ન થાય તેટલું ખપ પૂરતું બોલવું. બધિરવત્ અટલે ભગવાનની કથા, ગુણકીર્તન સાંભળવામાં જ આનંદ લેવો. અને ઈતર વિષયોમાં રહેલા ગુણ દોષને સાંભળવામાં રસ ન લેવો. આવી રીતે આંધળા, મૂંગા અને બહેરાની માફક જીવન વ્યવહાર ચલાવવો.

## (૭૨) સાધન અને ફલરૂપ પ્રભુ

શ્રીકૃષ્ણસેવા સાધનરૂપ તેમજ ફલરૂપ છે. સેવાનો આરંભ થતાં જ ફળ પ્રાપ્ત થઇ ગયું છે. પ્રભુસેવાથી અધિક ફળ કે અધિક લાભ બીજો કોઇ નથી. સર્વાત્મભાવપૂર્વક, સંપૂર્ણ મન રાખીને એમની (પ્રભુની) સેવા કરવી. દુનિયાનાં કોઇ પણ પ્રાણી પદાર્થ કે ક્રિયામાં આસક્ત થયા સિવાય માત્ર શ્રીકૃષ્ણનું જ શરણ સ્વીકારી અહર્નિશ સુખમાં કે દુઃખમાં, શક્ય કે અશક્યમાં, કામની સિદ્ધિ થાય કે નિષ્ફળતા મળે તે વખતે, લાભમાં કે અલાભમાં સર્વકાળે સર્વત્ર શ્રીહરિનું જ શરણ રાખી સેવાકાર્યમાં જોડાયેલા રહેવું.

## (૭૩) પ્રભુપ્રાપ્તિ

મોડી વહેલી ભગવતપ્રાપ્તિ કર્યા સિવાય કોઇને ચાલતું નથી. ભાગ્યશાળી જીવો વહેલા જાગી જાય છે. પ્રભુ પોતે જ આવા જીવોને જગાડે છે અને પોતાને મેળવા માટેની તીવ્ર તાલાવેલી તેમનાનાં ઉત્પન્ન કરે છે, જીવ ગમે તેટલા અતુટ પ્રયત્નો કરે પરંતુ ભગવદિચ્છા વિના એ ભગવાનને મળી શકતો નથી. ભગવાનની ઈચ્છા આવા ભક્ત ઉપર ક્યારે ઉતરે? ભગવાન એને ક્યારે પોતાનો કરે એને માટે લાયકાત તો જોઈએ જ. કાસ સાધન કરવાનું હોય તો એ આટલું જ કે પોતાના સામર્થ્ય ઉપર એ ઝઝુમે નહિ. પોતાના સાધનબળ ઉપર એ મુસ્તાક રહે નહિ. ટૂંકમાં સર્વ વાતે **નિઃસાધન બની જવું. દીન બની જવું. વૈરાગ્ય રાખવો, અને અનન્યભાવ સેવવો,** આટલું સાધન સિદ્ધ થાય તો ભગવાન આપોઆપ કૃપા કરી એને પોતાનો કરી લે છે. માટે જીવે નિઃસાધનતાનો આશ્રય રાખી પ્રભુપ્રાપ્તિ કરી લેવી.

## (૭૪) સતતસ્મરણ

એક જ કાર્ય સાધવાનું છે, અને તે એ કે ક્ષણના પણ અંતરાય વિના સ્વાભાવિક રીતે મનની સર્વ વૃત્તિઓ પ્રભુના ચરણારવિંદમાં ચોંટેલી રહે. અને વ્યાવહારિક કે પારમાર્થિક કે વૈદિક કાર્ય કરતાં શ્રીહરિના ચરણકમળમાં મન રાખી શકાય છે. દા.ત. કોઇ વ્યભિચારિણી સ્ત્રી કે વ્યભિચારી પુરુષ હોય તો એ બહારથી ઘરનું બધું કામ કરતી કે કરતો દેખાય, પણ એનું મન તો રાત દિવસ પર પુરૂષ કે પર સ્ત્રીમાં લાગેલું જ રહે છે, અને સતત એનો જ આસ્વાદ લીધા કરે છે, તેવી જ રીતે મન ભગવાનના ચરણકમળનો આસ્વાદ લીધા કરે એવી ટેવ પાડવી.

## (૭૫) પ્રભુનો જ આશ્રય

જે પોતાના બળ ઉપર વિશ્વાસ રાખી કાર્ય કરવા માગશે તેને પ્રભુ એમ કરવા દેશે પરંતુ એ જીવ છેવટે ખત્તા ખાશે, પસ્તાશે, પરિણામ વિપરિત આવતાં નાસીપાસ થઇ જશે, બેબાકળો બની જશે, પરંતુ જે બિલાડીના બચ્ચાની માફક માની ઉપર વિશ્વાસ રાખી માના શરણમાં રહી કેવળ મા, મા, (હરિ, હરિ-ભગવાનનું પોતાને પ્રિય કોઇપણ નામ) પુકારશે તેને પ્રભુ જરૂર મદદ કરશે. પરંતુ જે ભક્ત વાંદરાના બચ્ચાની માફક માને પકડી રાખવાનું સામર્થ્ય પોતાનામાં છે એવું માનશે તે ભગવાનને પકડી શકશે નહિ, પકડ ઢીલી થઇ જતાં છુટું પડી પછડાશે; માટે બિલાડીના બચ્ચાંની માફક કેવળ પ્રભુના બળ ઉપર વિશ્વાસ રાખી એ જેમ કરે તેમ કરવા દઇ હૃદયમાં પૂર્ણ વિશ્વાસ રાખી એની ઇચ્છામાં પોતાની ઇચ્છા સમાવી દેવી એજ પ્રભુ ઉપરના પૂર્ણ આશ્રયની નિશાની છે.

## (૭૬) પ્રભુમાં વાસ

હવા વિના માનવ જીવી શકે નહિ તેમ ભક્ત ભગવાનના સ્મરણ સિવાય તરફડે ત્યારે જાણવું કે ભગવાનની ભક્તિ સિદ્ધ થઇ છે. ખાનપાન સિવાય રહી શકાતું નથી, લૌકિક વાતોચીતો વિના ચાલી શકતું નથી, તેમ રાતદિવસ પ્રભુ વિના ચેન ન પડે, એનું સ્મરણ, એના નામનો જપ, એની સેવા, એને અર્પણ કર્યા સિવાય કોઈપણ વસ્તુનો ઉપભોગ કરવાની ઈચ્છા ન થાય, ત્યારે જાણવું કે પ્રભુ આપણો હાથ જરૂર પકડશે. પ્રભુમાં આપણો વાસ હાલમાં તો છે જ, પછી પણ પ્રભુમાં જ આપણો વાસ હશે, પ્રભુ આપણો ત્યાગ કોઈપણ સંજોગમાં કરશે જ નહિ.

## (૭૭) બહિર્મુખતા

ભક્ત જો એમ માને કે મને આટલું મળ્યું છે. મને આવાં કે તેવાં સગાંવહાલાંનો સંયોગ પ્રાપ્ત થયો છે, હું એટલું કે આવા પ્રકારનું જ્ઞાન ધરાવું છું, હું આટલી લાગવગ ધરાવું છું, અને ગમે તેવું કામ ગમે તે વખતે કરી આપવાની તાકત ધરાવું છું, તો નક્કી માનવું કે એ બહિર્મુખ થયો છે. ભક્ત તો બધું ભગવાનને સોંપી દે છે. કાર્યની શરૂઆતમાં, મધ્યમાં અને અંતમાં એક શ્રીહરિ જ કર્તાહર્તા છે, પોતાની શક્તિના બળે કંઈપણ થતું જ નથી, થયું નથી અને થવાનું નથી એવું અંતઃકરણ પૂર્વક માને અને સર્વ પ્રાપ્તિ અપ્રાપ્તિમાં શ્રીહરિની જ ઇચ્છા અને કર્તૃત્વ જુએ એ બહિર્મુખતા ટાળવાનો અમોઘ ઉપાય છે.

## (૭૮) આનંદનું દાન ક્યારે?

સગાસંબધી સ્ત્રીપુત્રાદિક તથા મિત્રાદિક અનેક પ્રકારની અનુકુળતાઓ પ્રતિકુળતાના રૂપમાં ફેરવાઇ જાય. ધનસંપત્તિ નાશ પામી ચીથરેહાલ

થઇ જવાય, તથા કીર્તિનો નાશ થઇ અપયશ મળે, અને જ્યાં લોકો વાહવાહ બોલી વખાણ કરતા હતા ત્યાં લોકો ધૃણા દર્શાવી નિંદા કરતા થઇ જાય, એવા પ્રસંગોમાં શ્રીહરિની કૃપાનો અસ્વાદ લેનાર ભક્ત પ્રભુ તરફથી આનંદનું દાન જરૂર પામે છેજ. એકનિષ્ઠાની આ પરીક્ષા છે. અને પ્રભુ જાણી જોઇને ભક્તને નિષ્ઠાવાન બનાવવા પુરતું જ આવી પ્રતિકુળતાઓ નાખે છે, અને સર્વ રીતે પ્રભુ સમર્થ હોવા છતાં ભક્તને પ્રતિકૂળતાની ભઠ્ઠીમાં તાવીને શુદ્ધ કરે છે.

## (૭૯) હિતકર્તા પ્રભુ

ભગવાન કોઇનું પણ અહિત કરતા નથી, પછી એ દુનિયાની દૃષ્ટિએ પ્રિય ગણાતો હોય કે વિરોધી હોઇ અપ્રિય ગણાતો હોય. સાચી રીતે તો ભગવાનને કોઇ પ્રિય કે દ્વેષ્ય હોતા જ નથી. સર્વ કાળે, સર્વત્ર, સર્વનું એ ભદ્ર જ કરે છે, તો પછી ભક્તનું તો એ અહિત-અકલ્યાણ કરે જ કેમ? ભક્તને ઉચ્ચ શ્રેણીમાં લઇ જવા ખાતર જ એની ઉપર નાપસંદ ચીજો-બનાવો લાવીને નાખે છે. આવે વખતે ભક્તે હૃદયમાં દૃઢ વિશ્વાસ રાખવો કે પ્રભુ મારું કદી પણ અહિત કરતા જ નથી. મારુ કલ્યાણ જ એ કરતા આવ્યા છે અને કરશે. આવો વિશ્વાસુ જીવ ગમે તે યોનિમાં ભટકે, ગમે તેટલો વખત એ યોનિમાં રહે, ગમે તેટલા જન્મો એ પ્રભુથી વિમુખ રહેતો લાગે તો પણ પ્રભુની નજર આવા અટલ વિશ્વાસુ ઉપર હોય છે જ.

## (૮૦) ઉત્તમ પુરુષાર્થ

ધર્મ, અર્થ, કામ અને મોક્ષ એ ચાર પુરુષાર્થો ગણાયા છે, અને દરેક પુરુષાર્થ સાધવાને માટે જીવ તનતોડ પ્રયત્ન કરે છે. પરંતુ

પુષ્ટિમાર્ગમાં બધા પુરુષાર્થો શ્રીહરિમાં જ રહેલા છે. એક શ્રીહરિ જો પ્રસન્ન થાય, એમની અનન્યભક્તિ થાય, અને એમનો જ આશ્રય લેવામાં આવે, અને એમનું જ શરણ ગ્રહણ થાય તો બધા પુરુષાર્થો આપોઆપ સધાય છે. **अर्थस्तु हरिरेव च**, શ્રીકૃષ્ણ-એ જ અર્થરૂપ છે. જે જનની ધર્મ, અર્થ, કામ, મોક્ષરૂપી પુરુષાર્થ પોતાના શ્રેય માટે ઈચ્છા હોય તેણે આ બધાના મૂળરૂપ શ્રીહરિના પાદકમળનું સેવન કરવું જોઈએ. ભગવચ્ચરણારવિંદની સેવા એ જ બધા પુરુષાર્થોની સિધ્ધિ માટે કારણરૂપ છે.

## (૮૧) દર્શન-વ્યાથા

મોટા ઉત્સવ પ્રસંગે મંદિરોમાં સ્ત્રી, પુરુષો, બાળકો, વૃદ્ધો, અશક્તો, શક્તો, બધાં જ દર્શન-સમયે ધક્કામુક્કી કરી પોતાનો માર્ગ આગળ જવા માટે કરે છે. આવી અથડામણમાં થવી જોઈતી સ્થિરતા અને એકાગ્રતા શી રીતે મળી શકે? અને પ્રભુના મુખારવિંદને અવલોકવા જેટલો સમય પણ ક્યાંથી મળી શકે? આપણા ધર્મમાં ન હોય તેવા માણસને દર્શનની આ વ્યવસ્થા જોઈ કેટલી ધૃણા છૂટે? મારામારી, ચોરી અને લૂંટ પણ આ વખતે જ દૃષ્ટિગોચર થાય છે. આ બધાનો અંત ક્યારે આવશે? સ્ત્રી પુરુષોના વિભાગ પાડી શાન્તિથી દરેક વૈષ્ણવ દર્શન કરી શકે એવી વ્યવસ્થા દરેક મંદિરમાં થાય એ સર્વ વાતે ઈષ્ટ છે.

## (૮૨) ભગવાનની અહૈતુકી દયા

મન, વચન અને ક્રિયા વગેરેથી એમ જણાય છે કે જીવ ભગવાનથી દૂર જતો જાય છે, અને જો ભગવાન જીવના કર્મ સામે જુએ તો અનેક જન્મો સુધી એનો ઉદ્ધાર ન થાય. પરંતુ ભગવાન જીવ ઉપર એટલી

દયા કરે છે કે એના અવગુણો ઉપર ધ્યાન ન રાખતાં પોતાની અનુપમ કૃપા કરવાના સ્વભાવથી જ ભક્તનો ઉદ્ધાર શક્ય બનાવી આપે છે. પ્રભુ પોતે તો આનંદ મ, છે, આનંદ સ્વરૂપ છે, છતાં એટલા બધા દયાયુક્ત છે કે ભક્તનું દુઃખ જોઇ શકતા નથી, અને એના સંકટ નિવારણ માટે હંમેશા તૈયાર જ રહે છે, કદી પણ એક ક્ષણવાર માટે પણ ભક્તના દુઃખનું નિવારણ કરવાના પ્રયત્નમાંથી અટકતા નથી.

## (૮૩) ભગવદ્દર્શન

ભગવાનનાં દર્શન કરવાં એટલે શું? ભગવાનની જેવી દૃષ્ટિ છે તેવી દૃષ્ટિ આપણને મળે. **देवो भूत्वादेवं यजेत्** । એનો ભાવ પણ એજ છે કે દેવ જેવા બનીને અરે દેવ બનીને દેવનું યજન કરવું જોઇએ, ભગવાનનાં દર્શન આખો જન્મારો કર્યા કરીએ, પણ દૃષ્ટિ જો પશુના જેવી રહેતી હોય, રાક્ષસ જેવી પ્રકૃતિ બની રહેતી હોય, કૂતરાં બિલાડાં જેવી પ્રકૃતિ ઘર કરીને રહી હોય, તો ભગવાનનાં દર્શન કર્યાનું સાર્થક નથી થતું. રોજ રોજ દર્શન કરવા જવું એટલે આપણી મલિન સ્વાર્થી દુષ્ટ દૃષ્ટિને સુદર્શન અંજન આંજી સાફ કરતા રહેવું, આપણી દૃષ્ટિમાં ભગવાનની દૃષ્ટિ આવે એટલે જેવા ગુણ સ્વરૂપે પ્રભુ છે તેવા આપણે થઇએ. રાગદ્વેષ, પ્રિય અપ્રિય વગેરે દ્વંદ્વો ભગવાનમાં નથી. આપણામાં પણ એ ન હોવાં જોઇએ.

## (૮૪) અડગ શ્રદ્ધા

જે શ્રદ્ધા જરા જરા વારમાં ડગી જાય એ શ્રદ્ધા શાની/શરૂઆતથી તે અંત સુધી ટકી રહે અને ગમે તેવાં પરિણામોનો ઊલટભેર પ્રસન્નવદને સત્કાર કરે અને જેનામાં શ્રદ્ધા મૂકી છે તેને આમરણાન્ત વળગી રહે

એવી વિરલ શ્રદ્ધા તો ભગવદીયની સાચી મિલકત છે. **श्रद्धामयोऽयं पुरुषो यो यच्छ्रद्धः स एव सः** । (ગીતા) આ પુરુષ આખો શ્રદ્ધાનો જ બનેલો છે. જેવી જેની શ્રદ્ધા તેવો એ પુરુષ. જેની શ્રદ્ધા પાકી અને અડગ તેવો જ એ પુરુષ દઢ અને સ્થિર ગણી શકાય. માણસની પરીક્ષા બીજા કશાથી નહિ કરતાં એનામાં કેવા પ્રકારની શ્રદ્ધા છે એ જાણીને એ પુરુષની કિંમત નક્કી કરવી.

## (૮૫) મંદિરો

આપણાં મંદિરો એવાં સુઘડ, પવિત્ર, સ્વચ્છ અને શાન્ત હોવાં જોઈએ કે જ્યાં જવાથી માનવ કંઈક પ્રેરણા લઈને પાછો ફરે, ચિત્તશુદ્ધિ મેળવી પાછો ફરે, ચંચળ મનનો માનવી એકાગ્ર મનવાળો બનીને પાછો ફરે, અપવિત્ર વિચારો ત્યજી દઈને પવિત્ર વિચારો લઈને પાછો ફરે, ક્રૂર માનવી દયાવાન થઈને, અશાન્ત માનવી શાન્ત થઈને, અનેક જાતની ચિંત્તાઓ માથે લઈને ફરનારો ચિંત્તાનો બોજો હળવો કરીને પાછો ફરે. લૌકિક વાસનાઓથી તપ્ત થઈને અહર્નિશ ચિંતાગ્નિમાં ભડકે બળતો માનવ મંદિરમા ં ભગવાનનાં દર્શન કરી જ્યારે ચિંતામુક્ત ન બને ત્યારે ભગવાનના દર્શન કર્યાનું ફળ શું? જેને માથે પ્રભુ બિરાજે તે ખિન્ન કેમ રહે? પ્રસન્નતા પ્રભુદર્શનનું ફળ છે.

## (૮૬) આસુરાવેશ

મન જો પ્રભુના ચરણારવિંદમાંથી છુટું પડી સ્ત્રી પુત્રાદિક માયિક અને અસત્ પદાર્થમાં જાય તો આસુરાવેશ થયો જ સમજો. હવે લગાર ઊંડા ઉતરીને વિચાર કરી જુઓઃ કેટલો સમય પ્રભુના ચરણાવિંદમાં મન ચોંટેલું રહે છે? કેટલી વાર આ લોકના તેમજ પરલોકના વિચાર કર્યા

કરવામાં મન ગૂંથાયેલું રહે છે? આમ થયા જ કરતું હોય તો પ્રભુનો અનુગ્રહ હજી જીવ ઉપર થયો નથી એમ માનવું. પ્રભુ જ્યારે લૌકિક કાર્યોમાં તેમજ વૈદિક કાર્યોમાં સ્થિરતા ન થવા દે અને મનમાં એ તરફ સહજ વૈરાગ્ય આવી જાય તો જાણવું કે પ્રભુએ કૃપા કરી છે. પ્રભુની નજીક આપણે ગયા છીએ. પ્રભુએ આપણો હાથ પકડયો છે.

## (૮૭) સ્વજન-સંબંધ

માતા પિતા સ્ત્રી પુત્ર સ્વજન મિત્ર વગેરે ઉપર સ્નેહ રાખવો તે એટલા માટે રાખવો કે તે બધાં ભગવદધર્મ અનુસરવામાં સહાયક છે, પ્રભુના ગુણાનુવાદ, પ્રભુનું નામસ્મરણ, તથા પ્રભુનું કીર્તન કરવામાં સાનુકૂળ છે. જો પ્રભુના માર્ગમાં આમાંથી કોઈપણ વિરુદ્ધ લાગે તો એમાંથી રાગ કાઢી નાખી, ઈશ્વરની મરજી એવી છે એમ માની, પોતાના કાર્યમાં અડગ રહેવું. કોઈના તરફથી કંઈપણ દુઃખ-ત્રાસ થાય તો એ સહન કરવું. દુઃખો અને અપમાનો સહન કરતી વખતે પ્રભુ મારી પરીક્ષા કરી રહ્યા છે, એમ માની શરણધર્મ મુજબ મન પ્રભુમાં જોડવું.

## (૮૮) હૃદયશુદ્ધિ

વાત સાચી છે કે, હૃદય શુદ્ધ થયા વિના હૃદયમાંથી કામ, ક્રોધ, લોભ, મોહ, મત્સર, અભિમાન વગેરે મલિન તત્ત્વોનો નાશ થયા સિવાય પ્રભુ હૃદયનો કબજો લે નહિ. પરંતુ કોના પુરુષાર્થથી આવાં મલિન તત્ત્વો નાશ પામે? જીવનું શું ગજું? એનામાં સંયમ કેટલો? એની બહિર્મુખતા તો જન્મો-જન્મથી એની પાછળ પડેલી જ છે. આ બહિર્મુખતાની પકડમાંથી છૂટવાનો સરળ માર્ગ કયો? બસ પ્રભુને વળગી પડવું, પ્રભુને જ સર્વ વ્યવહારોમાં બનાવોમાં, ક્રિયાઓમાં, પદાર્થોમાં અને

પ્રાણીઓમાં જોવાની ટેવ પાડવી, સર્વત્ર ભગવદભાવ જોયા સિવાય શુદ્ધિ સાધી શકાશે નહિ. એ થવામાં મૂળભૂત કારણરૂપે એનાં કથા, શ્રવણ, કીર્તન, સેવા, પૂજન, અર્ચન, દાસત્વ, આત્મનિવેદન વગેરે ભક્તિના પ્રકારો છે.

## (૮૯) ભક્તાધીન ભગવાન

ભગવાન તો ભક્તની ઈચ્છા પ્રમાણે બને છે. બાકી એનામાં નથી નિર્દયતા કે દયા, એ પરાધીન નથી તેમજ સ્વતંત્ર પણ નથી. એ કોઈનો મિત્ર નથી કે એ કોઈનો શત્રુ પણ નથી, પરંતુ જીવ જેવા ભાવથી એને ભજે છે, તેવા જ ભાવવાળા પ્રભુ એને દેખાય છે. એવા જ ભાવથી પ્રભુ એની તરફ વર્તતા દેખાય છે. ભગવાનનું અમુક પ્રકારનું દેખાવું, વર્તવું, કે કરવું, એ ભક્તની ઈચ્છા ઉપર નિર્ભર છે. તેથી જ ભગવાન સ્વમુખે કહે છે કે '**अहं भक्तपराधीनः**' હું ભક્તને તાબે છું. આ રીતે જોતાં ભગવાનમાં વિરુદ્ધ ધર્માશ્રયીપણું જોવામાં આવે છે, અને આ વાત નિર્ગુણ પરમાત્મામાં ઘટે છે. આ વાત શ્રીઆચાર્યાજીએ ઘણી જ સારી રીતે સ્પષ્ટ કરેલી છે.

## (૯૦) પ્રભુકૃપા ક્યારે

ભક્તે દરેક બનાવ, ક્રિયા, પદાર્થ કે પ્રાણીમાં અનુકુળતાનો ભાવ સ્થાપિત કરવો જોઈએ, કારણ કે ભક્તોને પ્રતિકુળ એવી કોઈપણ બાબત પ્રભુ કદી કરતા જ નથી. આપણા મનના માનેલા વિપરીત ભાવ જ આપણામાં પ્રતિકુળ ભાવ સરજાવે છે. માટે પ્રભુ મને જે આપી રહ્યા છે તેમજ મારે માટે જે કરી રહ્યા છે તે મારા ભલા માટે જ છે, અને તેથી મારે નિશ્ચંત રહેવું જોઈએ; મારે દુઃખી, અસંતોષી,

નિરાશ થવા ની લગારેય જરૂર નથી. આવા અટલ વિશ્વાસથી ભક્ત આ સંસારમાં વિચરશે તો એ કદી દુઃખી થશે જ નહિ, ભગવાનનો આશ્રય દૃઢ થશે અને પ્રભુ આપણી ઉપર કૃપા કરશે જ.

## (૯૧) ભગવદર્થે વ્યવહાર

સદૈવ બહિર્મુખ ઇન્દ્રિયોને નાથવાનો સરળ અને સચોટ ઉપાય શ્રીઆચાર્યજી મહાપ્રભુજીએ બતાવ્યો છે. ઇન્દ્રિયોને બળાત્કારે કોઇ વશ કરી શકતું નથી અને કરી શકે પણ નહિ. મોટા જ્ઞાનીઓ, યોગીઓ, ઇન્દ્રિયોને સંયમમાં રાખવાના પ્રયત્ન કરવા જતાં હાર્યા, પડ્યા, અને હતાશ થયાના દાખલા મોજૂદ છે. પરંતુ પુષ્ટિમાર્ગમાં તો ઇન્દ્રિયો સ્વાભાવિક રીતે જ પ્રભુપથગામી બની જાય છે. માત્ર ભાવપલટાની જરૂર છે. જે લૌકિક વ્યવહાર કરવા ઇન્દ્રિયો આકર્ષાય છે તે જ વ્યવહાર ભગવાનને માટે થાય છે. ખાવું, પીવું, ઓઢવું, પહેરવું , વગેરે બધા વ્યવહાર કાયમ રાખી કેવળ ભગવદર્થે કરવાથી સહેલાઇથી જીવ અંતમુર્ખ બની જાય. આ સિવાય બીજો કોઇપણ માર્ગ બહિર્મુખ ઇન્દ્રિયોને પ્રભુના માર્ગે વાળવાનો નથી.

## (૯૨) આત્મજ્ઞાની કોણ?

આ સંસાર ક્યારે પ્રાપ્ત થાય? સંસારમાં દેખાતા પદાર્થો-વિષયોનું ચિંતન ધ્યાન થાય તો. આ વિષયો તથા પદાર્થો અસત્ છે. તેમને ન કામ્ય બુદ્ધિથી ભોગવવા જોઇએ અથવા તો ન એમનું ધ્યાન કરવું જોઇએ. આ લોકના પદાર્થોની જે વાત છે તે જ વાત પરલોકના પદાર્થો યા તો વિષયોની છે. જે વ્યકિત આ પ્રમાણે જાણે છે અને વિષયોના ધ્યાનથી અલગ રહે છે, એટલે કે વિષયભોગ કામ્ય બુદ્ધિથી કરતો

નથી અને જે કંઇ પ્રાપ્ત થાય તે ભગવત્પ્રસાદ છે એમ માની પ્રભુને દૃષ્ટિ સમીપ રાખી જીવન વ્યતીત કરે છે તે જ સાચો આત્મજ્ઞાની છે.

## (૯૩) નિર્વિકાર કોણ રહે?

**दृष्टासु सम्त्पसु विपुत्सु सूरयो न विक्रियन्ते मयि बद्ध सौहृदाः**
ભગવાનમાં જ સ્નેહભાવથી બંધાયેલા બુદ્ધિમાન પુરૂષો સંપત્તિ તેમ જ વિપત્તિને પ્રાપ્ત થતાં સહેજ પણ વિકાર પામતા નથી. મતલબ કે સંપત્તિ પામતાં હર્ષાન્વિત થતા નથી તેમજ વિપત્તિ પ્રાપ્ત થતાં શોક કરતા નથી, કારણ કે એ બંને સંપત્તિ કે વિપત્તિ દેખાવ માત્ર છે,અનિત્ય છે, આવવા અને જવાના સ્વભાવવાળી છે; **સત્ય વસ્તુ તો એક શ્રીહરિના ચરણકમળનું અવલંબન જ છે.** જો વિકાર થાય તો એમ માનવું કે ભકતનો દૃઢ ભાવ પ્રભુમાં થયો નથી, એ અંતરથી પ્રભુને ચાહતો નથી, ભકતે તો સદા બાહ્ય વિષયોથી ઉપરામ પામી જઇ અંતરમાં પ્રભુને સ્થાપવા જોઇએ.

## (૯૪) બધું જ બ્રહ્મમય

જેવી રીતે સુવર્ણમાંથી જુદા જુદા આકારની ચીજો બને છે-જે ઘરેણાં કહેવાય છે, પરંતુ છે તો વસ્તુતઃ સુવર્ણ જ, તેવી જ રીતે એક જ સચ્ચિદાનંદ પરમાત્મામાંથી આ દૃશ્ય નામ-રૂપાત્મક જગત ઉત્પન્ન થયું છે તે બધું બ્રહ્મસ્વરૂપ જ છે. જે થઇ ગયું છે, થાય છે અને થશે તે બ્રહ્મ સિવાય બીજું કાંઇ નથી, મતલબ કે સંપૂર્ણ બ્રહ્મ જ છે. આનું નામ તે બ્રહ્મવાદ, માયાવાદનો આ રીતે વિનાશ થઇ જાય છે. ઉપર નીચે, આગળ પાછળ, આજુબાજુ, સર્વત્ર બ્રહ્મ જ વિલસી રહ્યું છે. આ જગતરૂપી વૃક્ષનું મૂળ શ્રીહરિ છે. મૂળને પોષણ મળવાથી વૃક્ષ

આપોઆપ પોષણ પામે છે. તેવી જ રીતે એક શ્રીહરિનું આરાધન એજ જગતની પૂજા છે.

## (૯૫) કર્તવ્યનિષ્ઠા

(૯૯) રખે કોઇ એમ માને કે ભગવત્પ્રાપ્ત પુરુષ સંસારમાંથી ઉપરામ પામી જઇ ભગવદધ્યાનમાં લીન રહેતો હશે, અને 'સર્વભૂતહિતેરતઃ' નું જે ઉત્તમ વિશેષણ ભગવદભક્તને આપવામાં આવ્યું છે તેને સિદ્ધ કરવાનું એ છોડી દે છે. ઊલટું જે જ્ઞાની ભક્ત છે તેની પળેપળ જનતા જનાર્દનની સેવા નિષ્કામતાપૂર્વક કરવામાં વ્યતીત થાય છે. અને તેથી જ યજ્ઞ-લોકસંગ્રહને માટે કરાતાં નિષ્કામ કર્મ, દાન અને તપ એવાં પાવન કર્મો કદી ન જ છોડવાં જોઇએ એવી ભગવદાજ્ઞાને એ અનુસરે છે. એ ભગવાનની સેવા કરતાં શારીરિક કલેશ થશે એમ માની સેવાપ્રસંગનો ત્યાગ કરતો નથી. આપણા પૂર્વ આચાર્યોએ પગે ચાલીને મુસાફરી કરતાં, જનતા-જનાર્દનની સેવા કરવાનું અને ઉત્તમ પુસ્તકો પ્રગટ કરી સદૈવ કર્મરત રહ્યાનું દૃષ્ટાંત પૂરું પાડયું છે.

## (૯૬) શુદ્ધ સ્વેદેશીનો આગ્રહ

દેશ, કાળ, દ્રવ્ય, કર્મ, મંત્ર, સ્વભાવ વગેરે હાલ બહુ જ વિપરીત થઇ ગયાં છે, કોઈપણ જગ્યાએ શુદ્ધ સ્વરૂપમાં કોઈપણ વસ્તુ મેળવવી મુશ્કેલ થઇ ગઇ છે, પુષ્ટિમાર્ગ તો શુદ્ધ સ્વદેશી અને હસ્તઉધોગની વસ્તુઓ વાપરવાનો આગ્રહ રાખે છે. અત્યારે આવો આગ્રહ ઓસરતો જતો હોય એમ કેટલીક જગ્યાએ જોવામાં આવે છે. કેટલાંક મંદિરોમાં વનસ્પતિનું ઘી વપરાય છે, ખાંડ ઉપર પણ પ્રતિબંધ નથી, વાઘા વગેરે માટે પરદેશી અપવિત્ર કાપડ વપરાય છે. થોડું પણ સુંદર, પવિત્ર, અને

ઉત્તમ જાતનું અનાજ, ઘી, વસ્ત્ર ઇત્યાદિ વપરાવાં જોઈએ. ઠાકોરજીને કેવા ભાવથી વસ્તુ સમર્પણ કરવામાં આવે છે એની કિંમત છે.

## (૯૭) દુર્જન મન

કેટલીક વખત બહારથી આપણે પ્રભુસેવામાં ચિંતનમાં, ભજનમાં લાગેલા દેખાઈએ છીએ, પરંતુ મન કંઈક જુદા જ પ્રકારના કાર્યમાં ગૂંથાયેલું હોય છે અને પ્રભુભજન ચિંતન-કર્યાનું જે પરિણામ આવવું જોઈએ તે આવતું નથી. અનેક વાર સમજાવ્યા છતાં પણ મન-ચિત્ત એવું તો વિષયો સાથે અતૂટ સંબંધ બાંધી બેઠું છે કે ત્યાથી એને મુક્ત કરવું એ લગભગ અશક્ય જેવું લાગે છે, પરંતુ ભગવત્કૃપા ઉપર અને એના આશ્રય ઉપર નિર્ભર રહેનાર ભક્તે મૂંઝાવાનું કારણ નથી. ભક્તની સાચી ભાવના જોઇ પ્રભુ એ પૂર્ણ કરવા તત્પર રહે છે. બસ ભક્તે આર્ત સ્વરે દાસભાવે પ્રભુને વિનંતિ કરવી કે **दासोडहम** - હું દાસ છુંઃ હે કૃષ્ણ, હું તારો છુંઃ મારે બીજા કોઈનો આશ્રય છે નહિ, થયો નથી અને થશે નહિ.

## (૯૮) નરકનાં દ્વાર

વૈષ્ણવે કામથી સાવચેત રહેવું. એકવાર કામના બળ નીચે આપણે આવી ગયા કે પછી એનાથી પરાજિત થતાં વાર લાગતી નથી. કામ, ક્રોધ અને લોભ એ ત્રણેને નરકનાં દ્વાર ગણેલાં છે જ. મોટા મોટા ઋષિઓ યોગીઓ કામના આવેશથી અધઃપતનને પ્રાપ્ત થયા છે. આ માર્ગમાં ચેતવા જેવું હોય તો એ આટલું જ કે વિષયોનું ધ્યાન છોડવું. વિષયો દ્દષ્ટિ સમીપ આવે, એઓ તદ્દન નજીક હોય છતાં એમાં ન તો રાગ રહે કે ન તો એના તરફ દ્વેષ રહે. એમ થશે તો જે વિષયો પ્રાપ્ત

કરવા તનતોડ મહેનત પામર જીવો કરે છે તે વિષયો એની સમીપ હોવા છતાં એને હાનિ કરશે નહિ.

## (૯૯) પ્રભુદર્શન સર્વાંગસુંદર છે

જીવે સતત સંયોગ અને વિયોગ એટલે કે પ્રભુનું મિલન અને પ્રભુનો વિરહ અનુભવવામાં આવે એવી ભાવના સેવવી જોઇએ. હે પ્રભુ, મને દર્શન ક્યારે આપશો? મારૂં અંતઃકરણ આપના દર્શન વિના ઝૂરે છે. મને ક્યાંય શાન્તિ નથી! હું આપનાથી વિખૂટો કેમ કરી રહી શકું? તમારા દર્શન વિના એક ક્ષણ પણ યુગ સમાન લાગે છે. તો હે પ્રભુ, મને દર્શનનું દાન કરો. દર્શન થતાં સંયોગાનન્દનો અનુભવ કરવો. આ આનંદની સમાન બીજો કોઇ આનંદ નથી. આ આનંદ અલૌકિક છે, પ્રભુનું દર્શન અલૌકિક છે. લૌકિકમાં કોઇપણ દૃશ્ય પ્રભુ જેટલું સુંદર નથી, આકર્ષક નથી, અને દર્શનીય નથી; પ્રભુ જ સર્વાંગસુંદર છે.

## (૧૦૦) પ્રસાદ–ભાવના

ભગવાને આરોગેલી સામગ્રી પ્રસાદીરૂપી ગણી એનો ઉપભોગ આનંદપૂર્વક કરવો જોઇએ. પ્રસાદની ચીજો કડવી ખારી તીખી મોળી કે ગળી છે એવી ટીકા કે ચર્ચા શોભાસ્પદ નથી. જે વસ્તુ ભગવાને આરોગેલી હોય તે જ બસ છે. મારા પ્રભુએ જે વસ્તુ આરોગી તે વસ્તુઓને પ્રસાદી તરીકે લેવાનું મને સદ્ભાગ્ય પ્રાપ્ત થયું એ જ ભગવાનની મારા ઉપર કૃપા છે. ભગવાને વાપરેલાં વસ્ત્રો-વાઘા કિમતી હોય કે ન હોય તો પણ એ દરેકની કિમ્મત અનેક ગણી વધી જાય છે. કેમકે એ વસ્તુને પ્રભુનો અંગસ્પર્શ થયો છે. અને તેથી જ એ મહામૂલી છે. કિંમતની દૃષ્ટિ રાખીને એકને હલકી ગણવી અને બીજીને કિમતી ગણવી એ સાચા ભક્તને છાજતું નથી.

## (૧૦૧) પ્રપંચાસક્તિ

પ્રપંચની સંપૂણ વિસ્મૃતિ થવી જોઇ એ અને મન કોઈપણ વિષય માટે રાગયુક્ત ન બનવું જોઈએ. કોઈપણ બાબત માટે મનમાં અત્યંત રાગ રાખવો કે એના તરફ અણગમો-ધિક્કાર રાખવો એ ભક્તને માટે શ્રેયસ્કર નથી. જો પ્રપંચમાં આસક્તિ રહી જશે તો પ્રભુની અનન્યભાવે એક નિષ્ઠાથી સેવા નહિ બની શકે. માટે લૌકિક આસક્તિનાં જેટલાં જેટલાં પાત્રો-પદાર્થો-સ્થાનો હોય તે બધાંમાંથી આસક્તિને દૂર કરી એક માત્ર શ્રીહરિના ચરણારવિંદમાં પ્રેમ સ્થાપિત કરવો એ જ એક નિષ્ઠાવાળા ભક્તનું કર્તવ્ય છે. જો સંસારમાં સહેજ પણ રાગ રહી જશે તો પ્રભુ આપણા હૃદયમાં પધારશે નહિ.

## (૧૦૨) સેવાસિદ્ધિ

વ્યાવૃત્તિ-વ્યવહારનાં કાયો કરવા છતાં એમાં આસકિત ન રાખવી, મન તો પ્રભુમાં જ જોડેલું રાખવું, મનમાં કોઈપણ જાતની લૌકિક કે વૈદિક કામના રાખવી નહિ. આ સંસારના સર્વ પદાર્થો ઉપરથી આસ્થા ઉઠાવી લઇ એક શ્રીહરિને જ આશ્રય કરવા યોગ્ય ધારી એમનું જ અહર્નિશ નવધા ભકિત વડે યજન કરવું. જો મનમાં અસકિત રાખી ભગવત્સેવા કરીશું તો સેવા સિદ્ધ થશે નહિ, લૌકિક દુઃખ આવી પડતાં સેવા-સ્મરણ છૂટી જશે, અને આમ જે લૌકક આવેશ છોડવાનો દૃઢ સંકલ્પ કરેલો છે તે શિથિલ થશે.માટે આ લોકની કે પરલોકની કામના-લાભ હૃદયમાં રાખી સેવામાં ન જોડાવું. **સેવા-સ્મરણ કથાવાર્તા કરવાનો મારો સ્વધર્મ છે.** અને તેથી હું એ કર્યા વિના રહી શકતો જ નથી એમ માની નિષ્કામ ભાવે સેવા-સ્મરણમાં પ્રવૃત્ત થવું.

# (૧૦૩) જનતા એ જ જનાર્દન

સર્વમાં પ્રભુને જોનારો ભગવદભક્ત સમાજને ઉન્નત કરનાર પ્રવૃત્તિમાંથી ખસી જાય તો એનો અર્થ એ થયો કે એ પોતાના અહંને જ પોષવા માગે છે. સંસારમાં રહેવા છતાં ભગવત્પ્રાપ્ત મહાસંત શ્રી એકનાથ મહારાજનો પ્રસંગ છે કે તેઓ સેતુબંધ રામેશ્વર ભગવાનને ગંગાજળ ચડાવવા પગે ચાલીને જતા હતા ત્યાં રસ્તામાં તરસને લીધે પીડાતા એક ગધેડાને જુએ છે એમાં જનાર્દનનું દર્શન કરતા એકનાથે એ જળ એને પિવાડાવી દીધું.સર્વત્ર પ્રભુદર્શન કરનાર અને પ્રાણી માત્ર એનાં જ બાહ્યસ્વરૂપો છે એની સતત પ્રતીતિ કરનારો દુ:ખી પ્રાણીઓને જોઈ એમને હરકોઈ પ્રસંગે, સુખ, સંતોષ અને આનંદ પહોચડવાની એક પણ તક જતી કરશે નહિ. એકનાથજી મર્યાદાભક્ત હતા. પણ સેવા તો યશોદા નંદન-નંદ નંદન નિર્ગુણ પૂર્ણાનંદની જ કરવી.

# (૧૦૪) દર્શન કરતી વખતની ભક્તની પરમ ઇચ્છા

**दच्टं तवाङ्धियुगलं जनातापवर्ग**
**ब्रह्मादिभिर्हुद विचिन्त्य मगाधबोधैं ।**
**संसारकूपपतितोत्तरणावलम्बं**
**ध्यायंश्चराम्यननुगृहाण यथा स्मृतिः स्यात् ।।**

આજ મારું મહાન સદ્દ્ભાગ્ય છે કે આપનાં ચરણ કમળનાં મને દર્શન થયા. આપનાં ચરણકમળ માનવને પરમ મોક્ષ આપવાને સમર્થ છે. જેના જ્ઞાનની કોઈપણ સીમા નથી તેવા બ્રહ્મા શંકર વગેરે પોતાના હૃદયમાં અહર્નિશ એનું ચિંતન કર્યા કરે છે. વાસ્તવિક રીતે શ્રીભગવાનનાં

ચરણકમળ જ સંસારરૂપી કુવામાં પડી ગયેલા માનવોને બહાર નીકળવાને માટે અવલંબનરૂપ છે. હે પ્રભુ! આપ મારા ઉપર એવી કૃપા કરો કે મને આપનાં ચરણારવિંદની યાદ હંમેશા રહે અને હું ગમે તે પ્રકારે રહું તો પણ એના ધ્યાનમાં મ, રહું.

# આટલું તો જરૂર કરજો

સવારમાં વહેલાં ઉઠીને કંઠીના દર્શન કરી દરેકને 'જયશ્રી કૃષ્ણ' કહેવા શ્રીનાથજી વગેર સ્વરૂપોનાં ચિત્રજીનાં દર્શન કરી પ્રાતઃસ્મરણ બોલવું. શ્રીમહાપ્રભુજી, શ્રી ગુંસાંઇજી અને શ્રી યમુનાજીનાં પદ બોલવાં.

સ્નાન કર્યા પછી ચરણમૃત લઇ પ્રસાદી કુંકુંથી તિલક કે ચાલ્લો કર્યા પછી પ્રભુની સેવા બીરાજતી હોય તો પ્રેમપૂર્વક શક્તિ અનુસાર ટહેલ કરવી. તે દરમ્યાન ધોળ બોલવા. લૌકિક વાતો ન જ કરવી. મન શ્રી પ્રભુ સેવામાં જોડવાથી માનસી સેવાની સિદ્ધિ થાય છે. શ્રીને તુલસીદલ સમર્પતા બ્રહ્મસંબંધનો ભાવાર્થ (અથવા ગધ મંત્ર) બોલવો. પ્રભુની સન્મુખમાં શ્રીકૃષ્ણાશ્રયનો પાઠ અથવા શ્રીકૃષ્ણાશ્રયનું ધોળ અવશ્ય બોલવુ. તે ઉપરાંત જ્યારે વખત મળે. ત્યારે સવારે, બપોરે કે રાત્રે શ્રીયમુનાજીનાં ૪૧પદ, શ્રી વલ્લભાખ્યાન, મૂળપુરૂષ, શ્રીહરિરાયજીકૃત નિત્યલીલા, 'પ્રાતઃસમયે ઉઠી વ્રજબાળા' વગેરે બોલવા. બને ત્યાં સુધી ગોસ્વામી બાળકો, અષ્ટસખાને મહાનુભાવી ભગવદીયોનાં જ બનાવેલાં ધોળ-પદ બોલવાનો આગ્રહ રાખવો કે જેથી હૃદયમાં ભાવ સ્થિર થાય.

અસમર્પિત ત્યાગ અવશ્ય કરવો, પણ કદાચ ન થઇ શકે તેમ હોય તો ચરણામૃત પધરાવીને જ લેવું. અષ્ટાક્ષરનું સ્મરણ કરતાં કરતાં પ્રસાદ લેવો. દિવસ દરમ્યાન વ્યાવૃત્તિ(કામકાજ)કરતાં અષટાક્ષરનું સ્મરણ કરવું

અને ધોળ પદ બોલવાં. ઉપરાંત સમય મળે તો શ્રીમદ્‌ભાગવત, ષોડશ ગ્રંથો વગેરે વાંચવા અને સાંભળવા.

સવારે અને સાંજે સમય મળતા સ્વમાર્ગીય મંદિરે અવશ્ય જવું. ત્યાં વૃથા વાર્તાલાપ ન કરવો. દર્શન કરતાં શ્રીકૃષ્ણાશ્રયનું ધોળ બોલવું અને જે બને તે તનુજા-વિત્તજા સેવા કરવી. રાત્રે સત્સંગ કરવો અથવા ઘરે ચોર્યાસી કે બસો બાવન વૈષ્ણવની વાર્તા,શિક્ષાપાત્ર વગેરે ગ્રંથો વાંચવા અથવા સાંભળવા. ત્યારબાદ પુષ્ટિમાર્ગના પાંચ તત્વનું ધોળ, ''જય શ્રી વલ્લભ જય શ્રી વિઠ્ઠલ'' અને આશ્રયના પદો બોલવા. રાત્રે સૂતા પહેલાં હાથ-પગ ધોઇ જળથી મુખ શુદ્ધિ કરી ચરણામૃત લઇ અષ્ટાક્ષરનું સ્મરણ કરતાં કરતાં સૂઇ જવું.

# ષોડશ ગ્રંથનો પરિચય

માયાવાદનું ખંડન કરી શુધ્ધાધ્વૈત બ્રહ્મવાદનું સ્થાપન કરવા પ્રગટ થયેલા શ્રીમહાપ્રભુજીએ સ્વમાર્ગના (પુષ્ટિમાર્ગના) સિદ્ધાંતો સમજાવવા જુદા જુદા પ્રસંગોએ નાના નાના સોળ ગ્રંથો રચ્યા તે ષોડશગ્રંથના નામે જાણીતા છે. ષોડશગ્રથનું સ્થાન આપણા સંપ્રદાયમાં વિશિષ્ટ છે.

તે આપના માર્ગની ગીતા છે. તે વલ્લભ ગીતા પણ કહેવામાં આવે છે. તેને પુષ્ટિમાર્ગના-ઉપનિષદો પણ કહી શકાય, કારણ તેમાં પુષ્ટિમાર્ગના સર્વ સિદ્ધાંતોનો નિચોડ છે. આ ગ્રંથો ચંદ્રની સોળ કળા સમાન છે. ખૂબ ઓછા શબ્દોમાં રચાયેલા છે, પણ તેમાં ભારોભાર અર્થ રહેલો છે.

શ્રીમહાપ્રભુજીની અલૌકિક દિવ્ય વાણીના સોળ અલંકાર સમાન છે. શ્રીમહાપ્રભુજી, શ્રીઠાકોરજીના મુખરવિંદનું સ્વરૂપ હોવાથી વેદની જેમ આ ગંથ્રો પણ પ્રભુ નિર્મિત છે. આમાંનો પ્રત્યેક (દરેક) ગ્રંથ જુદા જુદા પ્રસંગે સ્વતંત્ર રીતે લાખાયેલ છે. પરંતુ દરેક ગ્રંથનું એક બીજા સાથે અનુસંધાન છે.

ભક્તના જીવનમાં પ્રથમ ભૂમિકા સ્વભાવવિજય હોવાથી તે પ્રાપ્ત કરાવનાર યમુનાષ્ટક નો ગ્રંથ પહેલો આવે છે. અને સેવાનું ફળ છેલ્લી ભૂમિકામાં હોવાથી ''સેવાફલ'' છેલ્લો છે. આ ગ્રંથમાં ભક્તિમય જીવનના એક પછી એક વિકાસમાં એક પછી એક ચઢિયાતાં પગથિયાનો નિદેર્શ કરવામાં આવ્યો છે.

# નિત્ય-નિયમ સ્તોત્ર-પાઠ

સવારમાં વહેલાં ઉઠી કંઠીનાં દર્શન કરી
દરેકને જય શ્રી કૃષ્ણ જરૂર કરવા
॥ શ્રી કૃષ્ણાય નમઃ ॥
॥ શ્રી મદાચાર્ય ચરણ-કમલેભ્યો નમઃ ॥
॥ શ્રી ગુંસાઇજી-પરમ-દયાલવે નમઃ ॥
॥ શ્રીગુરવે નમઃ ॥

## પ્રાતઃસ્મરણ

**(છંદ-શાર્દૂલ વિક્રીડીત)**

શ્રી ગોવર્ધન નાથ-પાદ યુગલં, હૈયંગવીન પ્રિયં
નિત્યં શ્રી મધુરાધિપં સુખકરં, શ્રી વિઠ્ઠલેશં મુદા
શ્રીમદ્ દ્વારવતીશ-ગોકુલ પતી, શ્રી ગોકુલેન્દું વિભું
શ્રીમન્મન્થ મોહનં નટવરં, શ્રી બાલકૃષ્ણં ભજે ॥૧॥

શ્રીમદ્ વલ્લભ વિઠ્ઠલો ગિરિધરં, ગોવિંદ રાયા ભિધં
શ્રીમદ્ બાલકૃષ્ણ-ગોકુલપતી, નાથં રઘૂણાં સ્તથા
એવં શ્રીયદુનાયકં, કિલ ઘનશ્યામં ચ તદ્વંશજાન્
કાલિન્દી સ્વગુરૂં ગિરિં ગુરૂ વિભૂન્, સ્વીય પ્રભુ શ્ચસ્મરેત્ ॥૨॥

હું હંમેશા સુખ આપનારાં શ્રીગોવર્ધન નાથજીનાં (શ્રીનાથજીના) બન્ને ચરણકમળોને, જેમને તાજું માખણ પ્રિય છે એવા શ્રીનવનિતપ્રિયાજીને, શ્રીમથુરાનાથજીને, શ્રીવિઠ્ઠલનાથજીને શ્રીદ્વારિકાધીશજીને, શ્રીગોકુલનાથજીને, શ્રીગોકુલચંદ્રમાજીને, શ્રીમદનમોહનજીને, શ્રીનટવરલાલજીને અને શ્રીબાલકૃષ્ણલાલજીને ભજું છું. (તેમનું સેવન કરું છું.)

દરેક વૈષ્ણવે શ્રીમહાપ્રભુજી, શ્રીગુંસાઇજી, શ્રીગિરિધરજી, શ્રીગોવિંદરાયજી, શ્રીબાલકૃષ્ણલાલજી, શ્રીગોકુલનાથજી, શ્રીરઘુનાથજી, શ્રીયદુનાથજી, શ્રીઘનશ્યામ લાલજી, શ્રીવલ્લવભકુળ, શ્રીયમુનાજી, પોતાના ગુરૂદેવ, શ્રીગિરિરાજજી, શ્રીગુરુદેવના સેવ્યસ્વરૂપ અને પોતાના સેવ્યસ્વરૂપનું નિશ્ચય પૂર્વક સ્મરણ કરવું.

## ૧. શ્રી મહાપ્રભુજીનું સ્વરૂપ

**(છંદ-શાર્દૂલ વિક્રીડિત)**

સૌન્દર્યં નિજનહદ્ગતં, પ્રકટિતં, સ્ત્રી ગૂઢ ભાવાત્મક
પુંરૂપંચ પુનસ્તદન્તરગતં, પ્રાવીવિશત્ સવપ્રિયે ।
સંશ્લિષ્ટા વુભયોર્બભૌ રસમયઃ, કૃષ્ણો હિ યત્સાક્ષિકં
રૂપં તત્ ત્રિતયાત્મકં પરમભિ ધ્યેયં સદા વલ્લભમ્ ॥

શ્રીઠાકોરજીએ પોતાના હદયમાં બીરાજતા શ્રીસ્વામિનીજીના સ્ત્રીગૂઢભાવાત્માક સૌદર્ય સ્વરૂપને પ્રગટ કર્યું. તેવીજ રીતે શ્રીસ્વામિનિજીના હદયમાં બીરાજતું શ્રીઠાકોરજીનું પું-ભાવાત્મક સૌદંર્ય સ્વરૂપ પણ પ્રગટ થયું. આમ બન્ને સ્થળે પ્રગટ થયેલ બન્ને પ્રકારનાં સૌદંર્ય સ્વરૂપોને શ્રીઠાકોરજીએ પોતાના મુખારવિંદ સ્વરૂપ શ્રીવલ્લભાચાર્યજીમાં પધરાવ્યાં. આમ બન્ને પ્રકારનાં સ્ત્રી-પુંભાવ સાૂદર્ય સ્વરૂપોનો સંયોગ થવાથી રસાત્મક એવા શ્રીકૃષ્ણજ પોતાને

પ્રિય સ્વરૂપ (શ્રીવલ્લભવાચાર્યજી) સાથે એક રસ થઇ શોભ્યા. આવા આ અદ્‌ભૂત લીલાના સાક્ષીરૂપ આ ત્રણે સ્વરૂપ જેમાં બીરાજમાન છે તેવા શ્રીમદ્‌ વલ્લભચાર્યજીનું (દરેક-વૈષ્ણવે) નિત્ય ઉત્તમ રીતે ધ્યાન ધરવું.

## ૨. શ્રી ગોપીનાથજીનું સ્વરૂપ

(છંદ-અનુષ્ટપ્)

શ્રી વલ્લભ પ્રતિનિધિ, તેજો રાશિ દયાર્વણમ્ ।
ગુણાતીતં ગુણ નિધિ, શ્રી ગોપીનાથ માશ્રયે ।।

શ્રીવલ્લભાચાર્યજીના પ્રતિનિધિરૂપ, તેમજ ભંડાર, દયાના સાગર, ત્રણે ગુણો (સાત્વીક, રાજસ અને તામસ)થી રહિત છતાં સદ્‌ગુણોના ભંડાર એવા શ્રીમહાપ્રભુજીના પ્રથમ પુત્ર શ્રીગોપીનાથજીનો હું સદાય આશ્રય કરૂ છું.

## ૩. શ્રી ગુંસાઇજીનું સ્વરૂપ

(છંદ-સ્રગ્ધરા)

સાયં કુંજાલય સ્થાસન મુપવિલસત્ સ્વર્ણ પાત્રં સુધૌતં
રાજદ્યજ્ઞોપવીતં, પરિતનુવસનં, ગૌરમમ્ભોજવક્ત્રમ્ ।
પ્રાણાનાયમ્યનાસા - પુટનિહિતકરં, કર્ણરાજદ્‌દ્વિમુકતં
વન્દેર્ધોન્મીલિતાક્ષં, મૃગમદતિલકં, શ્રીવિઠ્ઠલેશંસુકેશમ્ ।।

સાંજનો સમય છે. શ્રીગુંસાઇજી પોતાના નિવાસ સ્થાનરૂપ નિકુંજમાં આસન ઉપર બિરાજ્યા છે. આપશ્રીની સામે સારી રીતે ધોયેલા (સંધ્યાવંદન માટેના) સુવર્ણ પાત્રો શોભી રહયાં છે. આપશ્રીએ

યજ્ઞોપવિત ધારણ કરી છે. શ્રીઅંગ ઉપર મુલાયમ બારીક વસ્ત્રો છે. આપશ્રીના શ્રીઅંગનો રંગ ઉજ્જ્વલ છે. આપશ્રીનું મુખ કમળ સમાન છે. પ્રાણાયમ કરતાં નાસિકા ઉપર શ્રીહસ્ત રાખેલો છે. કાનમાં કિમતી મોતીનાં આભૂષણ શોભે છે. અર્ધ મીચેલાં નેત્રો છે. લલાટમાં કસ્તુરીનું તિંલક છે. સુંદર કેશ છે. આવા શ્રીમહાપ્રભુજીના દ્વિતીય પુત્ર શ્રીવિઠ્ઠલનાથજી - શ્રીગુંસાઈજીને હું વંદન કરૂ છું.

## ૪–૫. શ્રીકૃષ્ણનું સ્વરૂપ

**(છંદ-મંદાક્રન્તા)**

બર્હાપીડં નટવર વપુઃ, કર્ણયોઃ કર્ણિકારં
બિભ્રદ્વાસઃ કનક કપિશ વૈજ્યન્તીં ચં, માલામ ।
રન્ધ્રાન્ વેણોરધર સુધયા, પૂરયન્ ગોપ વૃન્દૈઃ
વૃન્દા રણ્યં સ્વપદ રમણં, પ્રાવિશદ્ ગીત કીર્તિઃ ।।

ભગવાન શ્રીકૃષ્ણચંદ્રે મસ્તકપર મયૂરપીંછનો મુકુટ ધારણ કર્યો છે. આપશ્રીનું શ્રીઅંગ સુંદર અને નટરૂપ (લલીત-ત્રીભંગ) છે. બન્ને કર્ણમાં કરેણના પુષ્પો શોભે છે. સુર્વણના જેવાં પીળાં વસ્ત્રો ધારણ કર્યા છે, અને પોતાની વેણુંના છીદ્રોને પોતાની અધરસુધા (અધરામૃત)થી પૂરે છે. તેમની સંગમાં રહેલ ગોપનું ટોળું તેમના યશોગાન ગાય છે. આવા પ્રભુએ ગોપવૃંદ સાથે પોતાની ચરણરજથી રમણીય બનેલ શ્રીવૃંદાવનમાં પ્રવેશ કર્યો.

મુરલીસ્વર કૃતતાલં નયન વિશાલં વિચિત્રવન માલમ્ ।
કેશરશોભીત ભાલં ગોકુલપાલં નમામિ ગોપાલામ્ ।।

# ૬. શ્રીગુરૂદેવનું સ્વરૂપ

પુષ્ટિ માર્ગીય સવજ્ઞઃ, કરૂણા રસ પૂરિતઃ ।
શ્રેષ્ઠ ફલ પ્રદાતા ચ, તસ્મૈ શ્રી ગુરવે નમઃ ॥

પુષ્ટિમાર્ગના સર્વ સિધ્ધાન્તોને જાણનાર અત્યંત દયા રૂપી રસથી પૂર્ણ અને શ્રેષ્ઠફળ આપનાર એવા શ્રીગુરૂદેવને નમન હો.

**સેવામાં જતાં પહેલાં શ્રીવલ્લભ, શ્રીવલ્લભકુળ અને શ્રીયમુનાજીનું સ્મરણ કરવું**

પ્રાત સમયે ઉઠી કરિયે શ્રીલક્ષ્મણ સુત ગુણગાન
પ્રગટ ભયે શ્રીવલ્લભ પ્રભુ દેત ભક્તિ દાન ૧...

શ્રી વિઠ્ઠલેશ મહાપ્રભુ રૂપ કે નિધાન
શ્રી ગિરિધર ગિરિધર ઉદય ભયો ભાન ૨...

શ્રી ગોવિંદ આનંદકંદ કહા બરનો ગુણવાન
શ્રી બાલકૃષ્ણ બાલકેલી રૂપ હી સુજાન ૩...

શ્રી ગોકુલનાથ પ્રકટ કિયો મારગ બખાન
શ્રી રઘુનાથ લાલ દેખ મન્મથ હી લજાન ૪...

શ્રી યદુનાથ મહાપ્રભુ પૂરન ભગવાન
શ્રી ઘનશ્યામ પૂરનકામ પોથી મેં ધ્યાન ૫...

પાડુરંગ શ્રી વિઠ્ઠલેશ કરત વેદગાન
પરમાનંદ નિરખી લીલા થકે સુર વિમાન ૬...

જય જય જય શ્રી વલ્લભ પ્રભુ, શ્રી વિઠ્ઠલેશ સાથે
નિજજન પર કરત કૃપા, ધરત હાથ માથે.
દોષ સબ દૂર કરત, ભક્તિ ભાવહૈયે ધરત;
કાજ સબ સરત સદા, ગાવત ગુણ ગાથેં ૧

કાહે કોં દેહ દમત, સાધન કર મુરખ જન,
વિદ્યમાન આનંદ ત્યજ, ચલત ક્યોં કુપાથે;
રસિક ચરણ શરણ સદા, રહત હૈ બડ ભાગી જન,
અપનો કર શ્રી ગોકુલપતિ, ભરત તાહિ બાથેં. ૨

પ્રાત સમે શ્રી વલ્લભ સુતકો,
ઉઠત હી રસના લીજીએ નામ;
આનંદકારી પ્રભુ મંગલકારી,
અશુભ હરન જન પૂરન કામ (૧)

યેહી લોક પરલોક કે બંધું,
કો કહી સકે તિહારે ગુણગન;
નંદદાસ પ્રભુ રસિક શિરોમણિ,
રાજ કરો શ્રી ગોકુલ સુખધામ (૨)

શ્રી યમુનાજી તિહારો દરસ મોહિ ભાવે,
શ્રી ગોકુલ કે નિકટ બહત હો;
લહરન કી છબી આવે ૧

દુઃખ હરની સુખ દેની શ્રી યમુનાજી
જે જનપ્રાત ઉઠ ન્હાવે;
મદન મોહન જુકી ખરી યે પિયારી
પટરાની જુ કહાવે ૨

વૃંદાવન મેં રાસ રચ્યોં હૈ,
મોહન મુરલી બજાવે;
સૂરદાસ, પ્રભુ તિહોરે મિલન કોં,
વેદ વિમલ જસ ગાવે ૩

# મંગલા–ચરણ

ચિન્તાસન્તાનહન્તારો, યત્પાદામ્બુજરેણવઃ ।
સ્વીયાનાં તાન્નીજાચાર્યાન, પ્રણમામિ મુહુર્મુહુઃ ॥૧॥

યદનુગ્રહતો જન્તુઃ, સર્વદુઃખાતિગોભવેત્ ।
તમહં સર્વદા વન્દે, શ્રીમદ્ વલ્લભ નંદનમ્ ॥૨॥

અજ્ઞાન તિમિરાન્ધસ્ય, જ્ઞાનાંજન શલાક્યાઃ ।
ચક્ષુરૂન્મીલિતં યેન, તસ્મૈ શ્રીગુરુવે નમઃ ॥૩॥

નમામિ હૃદયે શેષે, લિલીક્ષીરાબ્ધિ શાયિનમ્ ।
લક્ષ્મી સહસ્ત્ર લીલાભિઃ સેવ્યમાનમ્ કલાનિધિમ્ ॥૪॥

ચતુર્ભિશ્ચ, ચતુર્ભિશ્ચ ચતુર્ભિશ્ચ ત્રિભિસ્તથા ।
ષડ્ભિર્વિ રાજતે યોસૌ, પંચધાં હૃદયે મમ્ ॥૫॥

(૧) શ્રીમહાપ્રભુજીના ચરણાવિંદની રજ પોતાના સેવકોની ચિંતાના સમૂહનો નાશ કરનારી છે. તેથી આવા મારા આચાર્ય શ્રીમહાપ્રભુજીને હું વારંવાર પ્રણામ કરૂ છું.

(૨) જેમની કૃપાથી પ્રાણી માત્ર સર્વ પ્રકારનાં દુઃખોને ઓળંગી જાય છે. (મુક્ત થાય છે.) તેવા શ્રીવલ્લભાચાયજિના કુમાર શ્રીમદ્-વિઠ્ઠલનાથજી (શ્રીગુંસાઈજી)ને હું હંમેશા વંદન કરૂ છું.

(૩) જેમણે જ્ઞાનરૂપી અંજનની સળી વડે અજ્ઞાન રૂપી અંધકારથી અંધ બનેલા નેત્ર ખોલ્યાં છે. તેવા શ્રીગુરૂદેવને નમન હો.

(૪) લીલારૂપી ક્ષીરસાગરમાં, શેષનાગરૂપી (શ્રી મહાપ્રભુજીના) હૃદયમાં શયન કરતા અને હજારો લક્ષ્મીઓરૂપી વ્રજભક્તો અને તેમની લીલાઓથી સેવાતા, કલાના ભંડારરૂપી શ્રીપૂર્ણપુરૂષોત્તમને હું નમન કરૂ છું.

(૫) પાચ પ્રકારે વિભાજિત એવા દશમ્સ્કંધમાં બિરાજતું ભગવદ્-સ્વરૂપ આ મારા હૃદયમાં બિરાજે છે તેને હું નમન કરૂ છું. (જન્મ પ્રકરણ (ચાર), તામસ પ્રકરણ (ચાર), રાજસ પ્રકરણ (ચાર), સાત્વિક પ્રકરણ (ત્રણ), ગુણ પ્રકરણ(છ) આમ દશમ્ સ્કંધના પાંચ વિભાગ પાડવામાં આવ્યા છે.)

મંગળ કર પ્રભુ નટવર નાગર
દેવકીનંદન, કસનિકંદન,
ભવભયભંજન શ્રીયદુનંદન -મંગળ...

ગોપીજન - વલ્લભ સુખાકારી,
વૃંન્દાવન કે રાસ વિહારી -મંગળ...

મુરલીધર કેશવ મુરારિ,
ગિરિવરધારી કુંજ બિહારી -મંગળ...

શ્યામ સુંદરની મૂર્તિ પ્યારી,
સખી જોતાં વારી વારી -મંગળ...

# બ્રહ્મસંબંધનો-ગદ્ય મંત્ર

આ મંત્ર ગમે ત્યારે ના બોલાય. સેવક અપરસમાં હોય ત્યારે શ્રીઠાકોરજીને તુલસી પત્ર ચરણમાં ધરાવતી વખતે મનથી જ બોલાવાનો જીભ હલવી જોઇએ નહીં. ભાવાર્થ ગમે ત્યારે બોલાય-મોટેથી પણ બોલાય. તુલસી સમર્પતાં બે વાર ગુજરાતીમાં અને એક વખત ગદ્યમંત્ર મનમાં બોલવો. પછી તુલસી સમર્પવી.

## બ્રહ્મસબંધનો મંત્ર (ગદ્યમંત્ર)

શ્રીકૃષ્ણઃ શરણં મમઃ
શ્રીકૃષ્ણઃ શરણ મમઃ
શ્રીકૃષ્ણ શરણં મમઃ

સહસ્ત્ર-પરિવત્સર-મિત-કાલ-જાત-કૃષ્ણ-વિયોગ-જનિત-તાપ-કલેશ-આનંદ-તિરોભાવોહમ્ ભગવતે કૃષ્ણાય શ્રીગોપીજન વલ્લભાય દેહ-ઇન્દ્રિય-પ્રાણ-અંતઃકરણાનિ તદ્-ધર્માન્ ચ દારા-આગાર-પુત્ર-આપ્ત-વિત્ત-ઇહ-પારાણિ આત્મના સહ સમર્પયામિ.

દાસોહમ્ કૃષ્ણ તવાસ્મિ
દાસોહમ્ કૃષ્ણ તવાસ્મિ
દાસોહમ્ કૃષ્ણ તવાસ્મિ
શ્રીકૃષ્ણઃ શરણં મમઃ
શ્રીકૃષ્ણઃ શરણં મમઃ
શ્રીકૃષ્ણઃ શરણં મમઃ

## બ્રહ્મસંબધનો ભાવાર્થ (ગદ્યમંત્ર)

ભગવાન કૃષ્ણથી વિખૂટા પડે હજારો વર્ષોનો સમય વ્યતીત થવાથી ભગવાનની પ્રાપ્તિને માટે હૃદયમાં જે તાપ-કલેશનો આનંદ થવો જોઈએ તે જેને તિરોધાન થયો છે. એવો હું જીવ, ભગવાન કૃષ્ણ (શ્રીગોપીજન વલ્લભને) દેહ ઈન્દ્રિય, પ્રાણ, અંતઃકરણ, તેના ધર્મો, સ્ત્રી, ઘર, પુત્ર, કુટુંબ, ધન, આલોક પરલોક આત્મા સહિત સમર્પણ કરુ છું. હું દાસ છું. હે કૃષ્ણ! હું તમારો છું.

હું દાસ છું. હે કૃષ્ણ! હું તમારો છું
હું દાસ છું. હે કૃષ્ણ! હું તમારો છું
હું દાસ છું. હે કૃષ્ણ! હું તમારો છું
શ્રીકૃષ્ણઃ શરણં મમઃ
શ્રીકૃષ્ણઃ શરણં મમઃ
શ્રીકૃષ્ણઃ શરણં મમઃ

# શ્રી યમુનાષ્ટકમ્

(છંદ-પૃથ્વી)

નમામિ યમુના મહં સકલ સિદ્ધિ હેતું મુદા
મુરારિં પદ પંકજ-સ્ફુરદમન્દ રેણૂત્ કટામ્ ।

તટસ્થ નવ કાનન-પ્રકટ મોદ પુષ્પા મ્બુના
સુરાસુર સુપૂજિત-સ્મર પિતુઃ શ્રિયં, બિભ્રતીમ્ ॥૧॥

કલિન્દ ગિરિ મસ્તકે, પતદ મન્દ પૂરોજ્જવલા
વિલાસ ગમનોલ્લસત્-પ્રકટ ગણ્ડ શૈલોન્નતા ।

સઘોષ ગતિ દન્તુરા, સમધિ રૂઢ દોલોત્તમા
મુકુન્દ રતિ વર્ધિની, જયતિ પદ્મ બન્ધોઃ સુતા ॥૨॥

ભુવં ભુવન પાવની-મધિ ગતા મનેક સ્વેનૈઃ
પ્રિયા ભિરિવ સેવિતાં, શુક મયૂર હંસા દિભિઃ ।

તરંગ ભુજ કંકણ - પ્રકટ મુક્તિકા વાલુકા
નિતમ્બ તટ સુન્દરી, નમત કૃષ્ણ તુર્ય પ્રિયામ્ ॥૩॥

અનન્ત ગુણ ભૂષિતે, શિવ વિરંચિત દેવ સ્તુતે
ધના ધન નિભે સદા, ધ્રુવ પરાશરા ભીષ્ટદે ।

વિશુદ્ધ મથુરા તટે, સકલ ગોપ ગોપી વૃત્તે
કૃપા જલધિ સંશ્રિતે, મમ મનઃ સુખં ભાવય ॥૪॥

યયા ચરણ પદ્મજા, મુરરિપોઃ પ્રિયં ભાવુકા
સમા ગમ નતો ભવત્, સક્કલ સિદ્ધિદા સેવતામ્ ।

તયા સદશતા-મિયાત, કમલજા સપત્નીવયત્
હરિપ્રિય કલિન્દયા મનસિ મે સદા સ્થીયતામ્ ॥૫॥

નમોસ્તુ યમુને સદા, તવ ચરિત્ર મત્યદ્ભુતં
ન જાતુ યમ યાતના, ભવતિ તે પયઃ પાનતઃ ।

યમોપિ ભગિની સુતાન્, કથમુ હન્તિ દુષ્ટાનપિ
પ્રિયો ભવતિ સેવનાત્, તવ હરેર્યથા ગોપિકાઃ ॥૬॥

મમાસ્તુ તવ સન્નિધૌ, તનુ નવત્વ મેતા વતા
ન દુર્લભ તમારતિ- ર્મુરરિપૌ મુકુન્દ પ્રિયે ।

અતોસ્તુ તવ લાલના, સુર ધુની પરં સંગમાત્
તવૈવ ભુવિ કીર્તિતા, નતુ કદાપિ પુષ્ટિ સ્થિતૈઃ ॥૭॥

સ્તુતિ તવ કરોતિ કઃ, કમલજા સપત્નિ પ્રિયે
હરે ર્યદનુ સેવયા, ભવતિ સૌખ્ય મામો ક્ષતઃ ।

ઈયં તવ કથા ધિકા, સકલ ગોપિકા સંગમ-
સ્મર શ્રમ જલાણુભિઃ, સકલ ગાત્રજૈઃ સંગમઃ ॥૮॥

તવાષ્ટક મિદં મુદા, પઠતિ સૂર સૂતે સદા
સમસ્ત દુરિત ક્ષયો, ભવતિ વૈ મુકુન્દે રતિઃ ।

તયા સકલ સિદ્ધયો, મુર રિપુશ્ચ સંતુષ્યતિ
સ્વભાવ વિજયો ભવેત્, વદતિ વલ્લભઃ શ્રીહરેઃ ॥૯॥

**॥ ઈતિ શ્રીમદ્ વલ્લભાચાર્ય વિરચિતં શ્રી યમુનાષ્ટક-સ્તોત્રં સંપૂર્ણમ્ ॥**

મહાપ્રભુજી પ્રથમ પૃથ્વી પરિક્રમા કરતા કરતા તેર વર્ષની ઉંમરે મથુરા પધાર્યા અને વિશ્રામ ઘાટ ઉપર મુકામ કર્યો ત્યારે શ્રીયમુનાષ્ટકમ્ સ્તોત્ર ધ્વારા શ્રીયમુનાજીના દિવ્ય સ્વરૂપની સ્તુતિ કરી.

શ્રીયમુનાજી ભક્તિનું સ્વરૂપ છે. ''શ્રીયમુનાષ્ટક'' ભગવદિયજનોનો સેવામાં અંગિકાર કરવા માટે જ આચાર્યશ્રીએ રચેલ છે. શ્રી ઠાકોરજીએ શ્રીમહારાણીજીને (શ્રીયમુનાજીને) જીવોને આપવા માટે આઠ ઐશ્વર્યો આપ્યા છે.

ભક્તિ એટલે સેવા કરવી. સેવામાં પ્રવૃત્ત થતાં (જતાં) અનેક પ્રકારનાં વિઘ્નો આવે છે, જેવા કે સ્વભાવમાં પ્રમાદ, વિષાદ, વિષયાસક્તિ વગેરે...જો યમુનાજીનો આશ્રય લેવામાં આવે તો સ્વભાવગત દોષોની નિવૃત્તિ થાય છે. તેમજ વિઘ્નોનો નાશ થાય છે. માનવને પોતાના સ્વભાવ પર કાબુ લાવવો કઠિન ગણાય છે, પણ યમુનાષ્ટકના આરાધનથી સુધારી શકાય છે. શ્રીયમુનાષ્ટકના પાઠથી **કામી ભક્ત** બને છે, **લોભી સંતોષી** બને છે, **ક્રોધિ પ્રેમાળ** બને છે, **નિંદક ગુણ-ચાહક** બને છે, **કૃપણ ઉદાર** બને છે, વિષયાસક્ત **હરિસેવા પરાયણ** બને છે. શ્રીયમુનષ્ટકના પાઠથી ચિત્ત સદા પ્રસન્ન રહે છે. પાઠ કરતી વખતે અવશ્ય એક અનુસંધાન રાખવું કે '**શ્રીયમુનાજી આપ મારા ઉપર કૃપા કરીને મારા સ્વભાવને સુધારો અને મારો સેવામાં વિનિયોગ કરો**'.

શ્રીયમુનાષ્ટકનો નિત્ય પાઠ કરવાથી શ્રીકૃષ્ણ-સેવામાં રતિ-પ્રીતિની વૃધ્ધિ થાય છે, સ્વભાવનો વિજય થાય છે, મુરારિ ભગવાન પ્રસન્ન થાય છે, પરિણામે **જીવ સેવાનો અધિકારી** બને છે.

**શ્રીયમુનાજી, શ્રીમહાપ્રભુજી અને શ્રીઠાકોરજી સરખા સ્વભાવ અને ધર્મવાળા છે.**

- શ્રીઠાકોરજીએ લીલાઓ ધ્વારા વ્રજ જનોનો ઉધ્ધાર કર્યો.
- શ્રીયમુનાજીએ જલપાન (પયપાન) ધ્વારા જીવોને ભગવદ્‌ચરણોમાં લાવીને ઉદ્ધાર કર્યો.
- શ્રીમહાપ્રભુજીએ બ્રહ્મસબંધ દ્વારા વર્તમાન કાલના જીવોનો ઉધ્ધાર કર્યો.

સર્વ વસ્તુઓ ભગવાનની છે તો પછી ભગવાનને શું ભેટમાં આપીએ? એમ સમજીને નમસ્કારની ભેટ શ્રીમહાપ્રભુજીએ ચરણે ધરી.

- **પરાભક્તિ** : ભગવાનનો સંયોગ કરાવી આપનારી એટલે શ્રીયમુનાજી.
- **સાધના ભક્તિ** : સદા સેવામાં પ્રીતિનો વધારો કરે છે તે શ્રીકાલિંદિજી
- **ફલા ભક્તિ** શ્રીયમુનાજી સેવામાં મન રાખે છે. આમ ત્રણેય ભક્તિ શ્રીયમુનાજીથી પ્રાપ્ત થાય છે.

(૧) શ્રીયમુનાજી તો આપણા 'મા' છે. સંતાન (બાળક) પગે લાગે કે મા પીગળી જાય અને પ્રસન્ન થાય છે. મા સંતાનને સર્વ આપે છે. ભક્તિમાર્ગની જે શ્રેષ્ઠ આઠ સિધ્ધિઓ છે. તેના દાન શ્રીયમુનાજી તેમના સ્મરણ માત્રથી કરે છે.

(૧) **સેવાપયોગી દેહને** બનાવનારી પરમ સિધ્ધિ છે. જે સિધ્ધિ દ્વારા લીલામાં આપણે જઇ શકીએ અને સાક્ષાત્ સેવા કરી શકીએ એવા દેહ આપે છે.

(૨) ભગવાનની **લીલાઓનું દર્શન** કરાવનારી બીજી સિધ્ધિ.

(૩) ગોપીજનોની માફક **ભગવદ્ રસનો અનુભવ** કરવાનારી ત્રીજી સિધ્ધિ.

(૪) ભગવાનમાં **સર્વાત્મ ભાવ થવો**. જે રાસલીલામાં ગોપીજનોને થયો અને સર્વને ત્યજી ભગવાનને સર્વસ્વરૂપે સમજી ભજ્યા તે ચોથી સિધ્ધિ.

(૫) વિયોગમાં પણ **ભગવાનના આવેશવાળી દેહની સ્થિતિ** રહ્યા કરે તે પાંચમી સિધ્ધિ.

(૬) આંખ બંધ હોય ત્યારે ભીતરની આંખને લીલાના દર્શન થાય તે છઠ્ઠી સિધ્ધિ.

(૭) ભગવાનના ભાવાત્મક સ્વરૂપ સાથે સાક્ષાત્ સ્વરૂપના રસોનોઅનુભવ થવો તે સાતમી સિધ્ધિ.

(૮) ભગવાનના વિયોગમાં ભગવાનનો સર્વાત્મા સ્વરૂપે અનુભવ થવો તે આઠમી સિધ્ધિ.

આમ પહેલા શ્લોકમા **'સકલસિધ્ધિહેતુત્વ'** નામના ઐશ્વય નું કથન છે.

(૨) શ્રીયમુનાજીનો આશ્રય લેનાર ભગવદિયમાં સેવાયોગ્ય નવ તારૂણ્યપૂર્ણ અને ભક્તિભાવની સુવાસથી ભરપૂર શરીર રહેશે. **શ્રીયમુનાજી પરમ પ્રેમલક્ષણા ભક્તિ સ્વરૂપા છે** તેથી તેમની ગતિ રસમયી અને કાન્તિમય છે. શ્રીયમુનાજી પ્રભુના માનીતા હોવાથી જાણે પ્રેમના હિંડોળે ઝૂલ્યા કરતા હોય એવા દેખાય છે. આવાં શ્રીયમુનાજી મુકુંદ ભગવાનના ચરણોમાં અખંડ પ્રીતિ આપનારાં છે. આમ હરિના ચરણકમલમાં **ભાવ વૃધ્ધિ** (પ્રીતી વધારનાર) નામના બીજા ઐશ્વર્ય નું દાન કરે છે.

(૩) શ્રીયમુનાજી પરમ કરૂણ સ્વભાવવાળાં છે, તેથી ભૂતલના હરિવિમુખ જીવોને હરિ સન્મુખ કરવા ભૂતલ ઉપર પધાર્યા છે. શ્રીયમુનાજી આશ્રિતોના પાપને દૂર કરે છે. આમ **'સકલ ભુવન પાવન'** કરવાનું ત્રીજું ઐશ્વર્ય શ્રીયમુનાજીનું છે.

શ્રીયમુનાજી ભગવાનના તૂર્યપ્રિયા છે. તૂર્ય એટલે ચતુથ પ્રિયા (સ્વામિની).

ભગવાનના વ્રજમાં ચાર પ્રકારના સ્વામિનીઓ છે.

(૧) શ્રીસ્વામિનીજી રાધાજી

(૨) શ્રુતિરૂપા ગોપીજનો-જેઓ ગપોના ગૃહમાં વસ્યા છે. તેઓ ભગવાનમાં સર્વાત્મભાવવાળાં છે. તેમના સ્વામિની શ્રીચંદ્રાવલિજી છે.

(૩) ઋષિરૂપા-અગ્નિકુમારરિકા જે નંદલાલાને ઘેર લાલાની સેવામાં બિરાજે છે.

(૪) શ્રીયમુનાજી છે. (નિર્ગુણ ગોપીજનોનું મંડળ) જો આપણે શ્રીતુર્યપ્રિયાજીને નમસ્કાર કરીએ તો ભગવત્ સેવાનો અવસર આપણને મળે છે.

**(૪) ચોથૂં ઐશ્વર્ય 'ભગવત્ સેવાના સુખનું દાન' કરે છે.**

શ્રીયમુનાજી અને શ્રીઠાકોરજીમાં છ પ્રકારના ઐશ્વર્ય સમાન છે.

(૧) શ્રીભગવાનમાં કૃપા, વાત્સલ્ય આદિ ગુણો છે. શ્રીયમુનાજીમાં ભક્તોના કાર્યને સિધ્ધ કરવા, દોષોને દૂર કરવા વગેરે **અનન્તગુણો છે. આ એમનું ઐશ્વર્ય છે.**

(૨) વીર પુરૂષોની જ વિશ્વમાં સ્તુતિ થાય છે. ભગવાનની અને યમુનાજીની દેવો પણ સ્તુતિ કરે છે. એ એમનું **વિર્ય** છે.

(૩) કૃપામય અને પ્રેમમય મેઘથી ખીચોખીચ ભરેલા હોવાથી શ્રી યમુનાજી અને શ્રીઠાકોરજીને મેઘની ઉપમા આપી છે, મેઘની જેમ તેઓ કૃપા અને પ્રમનો વરસાદ વરસાવે છે. (એના માટે જગ્યા અનુકુળ હોવી જોઇએ. એટલે કે જીવની યોગ્યતા-(લાયકાત) હોવી જોઇએ.)

(૪) શ્રીધર્મનું નિરૂપણ કર્યું છે. ભક્તોને પોતાના જેવાં બનાવવા એજ સાચી શ્રી છે. ધ્રુવજી, પરાશર વગેરેને શ્રીયમુનાજીએ પોતાના જેવા વિશુધ્ધ અને ભક્ત બનાવ્યાં. ભગવાને પોતાના જેવાં ગુણ અને એશ્વર્ય સમ્પન્ન બનાવ્યાં.

(૫) જ્ઞાન ધર્મનું વર્ણન કર્યું છે. શ્રીયમુનાજીની કૃપાથી સ્વભાવ જીતાય છે. આમ જ્ઞાનનો ઉત્કર્ષ સ્વભાવને જીતવામાં માન્યો છે. માન અને મદ વાળાં વ્રજ સુંદરીઓ યમુનાજીને કિનારે આવ્યાં ત્યારે ભગવાનના ગુણ ગાવાની વૃત્તિ થઇ અને ગોપીગીત ગાયું. જો સ્વભાવનો વિજય ન થયો હોત તો (**જ્ઞાન** ના થયું હોત તો) ટૂંકમાં અભિમાન ના છોડયું હોત તો ગુણગાન થાત નહીં.

(૬) ગોપ-ગોપીજનો ઘરબાર ત્યજી શ્રીયમુનાજીને વીંટળાઇ વળી રહે છે, તેજ **"વૈરાગ્યનું"** લક્ષણ છે. આજે પણ ભક્તજનો દિવાળી જેવા પર્વોમાં ઘેર આનંદ માનવાનો પડતો મૂકી યમુનાજીને કિનારે વસે છે. **વૈરાગ્ય એટલે હરિ ચરણોમાં પ્રીતિ અને પોતાના સર્વસ્વનું સમર્પણ.**

(૭) **કૃપાજલધિસંશ્રિતે**

આ પદ **ધર્મ** નું પ્રતિપાદન કરે છે. શ્રીયમુનાજી અને ઠાકોરજી કરૂણાના મહાસાગર છે. ભગવાનના અન્ય ધર્મ તો પ્રસંગે પ્રકટ થાય છે, પરંતુ કૃપા તો નિત્ય પ્રકટ હોય છે. તેથી તે ધર્મને કૃપા સાગરની ઉપમા આપી છે.

## (૫) કલિનિવારકત્વ

નામના પાંચમા ઐશ્વર્યનું નિરૂપણ છે. અહીં શ્રીયમુનાજીનો મહિમા ગાયો છે. અને પછીના ચારશ્લોકમાં હે યમુને! આપનો મહિમા ગાઇ શકાય એવો નથી એ ભાવની સ્તુતિ કરી છે.

શ્રીયમુનાજીના અલૌકિક ધર્મોની સાથે કોઈનું પણ સામ્ય ન સંભવે માટે સર્વ શ્રેષ્ઠ શ્રીયમુનાજી, આપ અમારામાં રહેલા કલિનાદોષોનું નિવારણ કરી સેવામાં વરણ કરવાની કૃપા કરો. (શ્રીલક્ષ્મીજી સપત્ની તરીકે સમાન ગણાય પણ અલૌકિક ધર્મોની સાથે સામ્ય ન સંભવે)

(૬) **ભક્તોના ઉત્કર્ષને સાધનારા**

એવા છઠ્ઠા એશ્વર્યનું નિરૂપણ કર્યું છે. હે યમુનાજી! આપને મારા નિત્ય નમન હો. આપનું ચરિત્ર અત્યંત અલૌકિક છે. આપના જલપાનથી ક્યારે પણ યમપીડા ભોગવવી પડતી નથી. આપના સેવનથી ગોપીજનોની માફક ભક્તજનો પણ શ્રીહરિના પ્રિય બને છે.

આપનું ચરિત્ર શ્રીકૃષ્ણ ભગવાનના જેવું અત્યંત અદ્‌ભૂત એટલે વિલક્ષણ છે. દ્વેષ કરનાર અને સભામાં અમંગલ શબ્દો ઉચ્ચારનાર શિશુપાલ સદ્‌ગતિને પામ્યો અને વિષ પાનાર પૂતના માતૃગતિને પામી. તે રીતે કેવલ અભાન અવસ્થામાં પણ આપના પયનુંપાન કરતાં જીવ યમયાતનાથી છૂટે છે.

શ્રીયમુનાજીએ પોતાના ભાઈ યમરાજા પાસે ભાઈબીજની વીરપસલીમાં વરદાન લીધું છે. કે ભાઈ! મારૂં પાન કરનાર મારા પુત્ર થાય અને આપના ભાણેજ થાય. તેમાં હું તો નાની બ્હેન છું. માટે આપે તેમને નર્કલોકની યાતનામાંથી મુક્તિ આપવી. આવાં માતૃવાત્સલ્ય પૂર્ણ યમુના મા! આપને નિત્ય નમસ્કાર હો.

(૭) **તનુનવત્વ**

હે યમુનાજી આપના સાન્નિધ્યથી મારો દેહ સેવાપયોગી બને એવી કૃપા કરો, એને લીધે ભગવાનમાં પ્રિતી સુલભ થશે અહીં 'તનુનવત્વ' એટલે 'સેવા યોગ્ય શરીર નિર્માણ' થાય એવા ઐશ્વર્યની સિધ્ધી છે.

ભક્તો કદી ઈચ્છા કરતા નથી કે નથી ચાહના કરતા, છતાં એક ઈચ્છા તો અવશ્ય કરે છે કે અમારો ભગવત્ સેવામાં વિનિયોગ થાય. એટલે શ્રીમહાપ્રભુજી જીવોને અનુલક્ષીને વિજ્ઞપ્તિ કરે છે કે આપના પાનથી યમયાતના છૂટે એટલોજ અમારો મનોરથ નથી. પરંતુ અમને તનુનવત્ત્વનું દાન કરો. તનુનવત્ત્ની સિધ્ધિ, યમુના તીરે નિવાસ, યમુના પાન અને સેવન દ્વારાઅમને પ્રાપ્ત થાય. સેવામાં સેવ્યને કષ્ટ ન પડે અને રૂચે (ગમે) એવા દેહ, ઈન્દ્રિય, સ્વભાવ અને ક્રિયા વગેરે હોવાં જોઈએ, એનાં અમને દાન કરો. સેવોપયોગી અને લીલોપયોગી 'નવતનુથમળો. હે યમુને! જ્યાં સુધી એવા નવતનુ ની પ્રાપ્તિ ન થાય ત્યાં સુધી આપની સ્તુતિ કર્યા કરીશ.

(૮) અહીં ભગવાનના પ્રિય બનાવનારા આઠમા ઐશ્વર્યની ગાથા છે, ગુરૂના, ભગવાનના કે માતાપિતા ઉપકારો કદાચ ગાઈ શકીએ. પરંતુ શ્રીયમુનાજીની સ્તુતિ કરવાને સમર્થ ન થઈ શકીએ, કારણ કે શ્રીયમુનાજીની આડીથી ભગવાન સ્વયં નિજભક્તોમાં પ્રેમ કરે છે. જીવો તો ભગવાનમાં (ને) પ્રેમ કરે કારણ કે પ્રભુ તો પ્રેમાર્ણવ (પ્રેમ+આર્ણવ) અને કરૂણાર્ણવ છે. પરંતુ જીવ તો દોષાર્ણવ છે. છતાં ભગવાન તેનામાં પ્રેમ સાધે છે. એજ યમુનાજીનો મહિમા છે. એમના ગુણગાન શ્રીયમુનાજીને કેવલ **નમન** કરીને મન મનાવશુ.

લક્ષ્મીજીની એકલાની આરાધના કરીએ તો મોક્ષ ન મળે. વળી ભગવાન પોતાના સ્વામી હોવાથી આપણને એમનો સંગ ન થવા દે. જ્યારે શ્રીયમુનાજીતો કેવલ એકલાં સેવાય તો પણ તેઓ ભગવદીયને **ભગવત્ સેવાના સુખનું દાન કરે છે,** એ એમનું અધિક ગૌરવ છે.

(૯) જે કોઇ આ અષ્ટકનો નિરંતર પસન્નતા પૂર્વક પાઠ કરે છે. તેના સમસ્ત પાપોનો નાશ થાય છે. શ્રીઠાકોરજીમાં અવશ્ય પ્રીતિ થાય છે. તે પ્રીતિથી સકલ સિધ્ધિઓ મળે છે. સ્વભાવનો વિજય થાય છે. (અહંતા, મમતાં અભિમાન વગેરે છૂટી જાય છે.)શ્રીમુરારિભગવાન પરમ પ્રસન્ન થાય છે અને ભગવાનની પ્રાપ્તિમાં જેટલા પ્રતિબંધો હોય તે સર્વે નાશ પામે છે. પાપોનો ક્ષય (નાશ) થવાથી ભગવાનમાં ભક્તિ પ્રાપ્ત થાય છે. તેમજ ભગવાનમાં પ્રેમ વધે છે, અને થાય છે. ભગવાન સ્વયં પ્રસન્ન થઇ જીવના સર્વ દોષોનું નિવારણ કરે છે. વળી ભક્તિમાં પ્રતિબંધ આવતા હોય તેને હરે છે. જીવનો દુષ્ટ સ્વભાવ ઉત્તમ સ્વભાવ બની જાય છે. **ગોપીજનોમાં** રાસલીલા વખતે જે **મદ** અને **માન** થયાં હતાં તેનું **નિવારણ** કરીને ભગવત્સેવા યોગ્ય **"દીનતા"** પ્રાપ્ત થાય છે તે **સ્વભાવનો વિજય** છે.

તેથી અનન્ય શ્રધ્ધા રાખી પ્રસન્નતા પૂર્વક શ્રીયમુનાજીનો પાઠ કરવાનું શ્રીમહાપ્રભુજી આપણને બળ, ભાવ આપે એજ પ્રાર્થના.

**|| શ્રીયમુનાષ્ટકમ્‌નો ભાવાર્થ સંપૂર્ણ. ||**

# શ્રીસર્વોત્તમ સ્તોત્રમ્

(છંદ-આર્યા)

**પ્રાકૃતધર્માનાશ્રય - મપ્રાકૃતનિખિલધર્મરૂપમતિ ।**
**નિગમપ્રતિપાદ્યં યત્ - તચ્છુધ્ધં સાકૃતિસ્તૌમિ ॥૧॥**

સાત્વિક, રાજસ અને તામસ પ્રાકૃત ધર્મોના આશ્રય વિનાના અને બધા અલૌકિક ધર્મોવાળા જે સ્વરૂપનું વેદોએ વર્ણન કર્યુ છે તેવા શુદ્ધ અલૌકિક સુંદર મનુષ્યના જેવી આકૃતિ ધારણ કરેલ સ્વરૂપ (શ્રી પૂર્ણ પુરૂષોત્તમ) ની હું સ્તુતિ કરૂ છું.

(છંદ-અનુષ્ટુપ)

**કલિકાલતમશ્છન્ન - દ્દષ્ટિત્વાદ્વિદુષામપિ ।**
**સંપ્રત્યવિષયસ્તસ્ય, માહાત્મ્યં સમભૂદ્ભુવિ ॥૨॥**

અત્યારે વિદ્વાનોની દૃષ્ટિ પણ કલિયુગના લીધે અજ્ઞાનરૂપી અંધકારથી ઢંકાઇ ગઇ છે, તેથી તે સ્વરૂપનું અલૌકિક માહાત્મ્ય અત્યારે જગતમાં જાણી શકાંતું નથી

**દયયા નિજમાહાત્મ્યં, કરિષ્યન્પ્રકટં હરિઃ ।**
**વાણ્યા યદા તદા સ્વાસ્યં, પ્રાદુર્ભૂતં ચકાર હિ ॥૩॥**

જ્યારે (દૈવી સૃષ્ટિપર) દયા કરીને શ્રી હરિ ભગવાને પોતાનું (અલૌકિક) મહાત્મ્ય વાણી વડે પ્રગટ કરવા વિચાર્યું ત્યારે જ તેમણે પોતાના મુખારવિંદને પ્રકટ કર્યું. શ્રીમુખ સ્વરૂપ શ્રીમહાપ્રભુજી પ્રકટ થયા.

**તદુક્તમપિ દુર્બોધં, સુબોધં, સ્યાદ્યથા તથા ।**
**તન્નામાષ્ટોત્તરશતં, પ્રવક્ષ્યામ્યખિલાધહૃત્ ॥૪॥**

તે મુખ દ્વારા કહેલું એટલે મુખરૂપ એવા શ્રીમહાપ્રભુજીએ કહેલા ષોડશગ્રંથો-સુબોધિનીજી વગેરે સમજવા ઘણા અઘરાં છે તેથી, તે સહેલાઈથી સમજાય તે હેતુથી, સર્વ પાપનો નાશ કરનાર તેમનાં (શ્રીમહાપ્રભુજીનાં) ૧૦૮ નામો કહું છું. (આ નામોનો પાઠ કરવાથી શ્રીમહાપ્રભુજીના ગ્રંથો તેમની કૃપાથી સરળતાથી સમજી શકાય છે.

**ઋષિરગ્નિકુમારસ્તુ, નામ્નાં છંદો જગત્યસૌ ।**
**શ્રીકૃષ્ણાસ્યં દેવતા ચ, બીજં કારૂણિકઃ પ્રભુઃ ॥૫॥**

આ સ્તોત્રના (અલૌકિક) ઋષિ અગ્નિકુમાર-શ્રીગુસાંઈજી છે. તેનો છંદ જગતમાં પ્રસિધ્ધ એવો અનુષ્ટ્પ છે. શ્રીકૃષ્ણના મુખારવિંદ સ્વરૂપ-શ્રીમહાપ્રભુજી આ સ્તોત્રના દેવતા છે. કરૂણાસાગર પ્રભુ તેનું બીજ છે.

**વિનિયોગો ભક્તિયોગઃ - પ્રતિબંધવિનાશને ।**
**કૃષ્ણાધરામૃતાસ્વાદ - સિદ્ધિરત્ર ન સંશયઃ ॥૬॥**

આ સ્તોત્રનો ઉપયોગ (પાઠ કરવાથી) ભક્તિયોગ (સેવાદિકાર્યો)માં આવતાં પ્રતિબંધો (વિઘ્નો) નાશ પામે છે અને શ્રીકૃષ્ણના અધરામૃતના આસ્વાદની સિધ્ધિ મળે છે. આમાં સંશય નથી.

## મહાપ્રભુજીનાં ૧૦૮ નામ

**આનંદઃ પરમાનંદઃ શ્રી કૃષ્ણાસ્યં કૃપાનિધિઃ ।**
**દૈવોધ્ધારપ્રયત્નાત્મા, સ્મૃતિમાત્રાર્તિનાશનઃ ॥૭॥**

(૧) આનંદ સ્વરૂપ (૨) પરમાનંદ સ્વરૂપ (૩) શ્રીકૃષ્ણના મુખારવિંદ રૂપ (૪) કૃપાના ભંડાર (૫) દૈવી જીવોનો ઉધ્ધાર કરવા માટે નિરંતર પ્રયત્નશીલ (તત્પર) (૬) જેમના સ્મરણ માત્રથી આર્તિ-આધિ-વ્યાધિ-ઉપાધિનો નાશ થાય એવા.

**શ્રી ભાગવત ગૂઢાર્થ - પ્રકાશન પરાયણઃ ।**
**સાકારબ્રહ્મવાદૈક - સ્થાપકો વેદપારગઃ ॥૮॥**

(૭) શ્રીમદ્ ભાગવતનો ગૂઢ અર્થ પ્રગટ કરવામાં પરાયણ (૮)સાકાર બ્રહ્મવાદનું જ સ્થાપન કરનારા (૯) વેદમાં પારંગત

**માયાવાદનિરાકર્તા, સર્વવાદિનિરાસકૃત્ ।**
**ભક્તિમાર્ગાબ્જમાર્તણ્ડઃ, સ્ત્રી શુદ્રાધુદ્ધૃતિક્ષમઃ ॥૯॥**

(૧૦) માયાવાદનું નિરાકરણ કરનાર (૧૧) અન્ય સર્વ વાદોનો નિરાસ કરનાર (૧૨) ભક્તિમાર્ગ રૂપી કમળને ખીલાવનારા એવા અલૌકિક સૂર્ય સ્વરૂપ (૧૩) સ્ત્રી, શુદ્ર વગેરેનો પણ સર્વ રીતે ઉદ્ધાર કરવા સમર્થ.

**અંગીકૃત્યૈવ ગોપીશ - વલ્લભીકૃતમાનવઃ ।**
**અંગીકૃતૌ સમર્યાદો, મહાકારુણિકો વિભુઃ ॥૧૦॥**

(૧૪) ગોપીજન વલ્લભ શ્રીકૃષ્ણને દૈવી જીવોનો અંગીકાર કરાવી, આ જીવોને પ્રભુને પ્રિય બનાવનાર (૧૫) દૈવી જીવોનો અંગિકાર કરવામાં વેદમાર્ગની મર્યાદા રાખનારા (૧૬) અત્યંત દયાળુ (૧૭) સર્વ કરવા સમર્થ.

**અદેયદાનદક્ષશ્ચ, મહોદારચરિત્રવાન્ ।**
**પ્રાકૃતાનુકૃતિવ્યાજ - મોહિતાસુરમાનુષઃ ॥૧૧॥**

(૧૮) કોઇ ન આપી શકે તેવું - અદેય વસ્તુનું દાન કરવામાં ચતુર (૧૯) મહાન ઉદાર ચરિત્રવાળા (૨૦) પ્રાકૃત-લૌકિક મનુષ્ય જેવાં કાર્યોથી આસૂરી મનુષ્યોને મોહિત કરવાવાળા.

**વૈશ્વાનરો વલ્લભાખ્યઃ સદ્રૂપો હિતકૃત્સતામ્ ।**
**જનશિક્ષાકૃતે કૃષ્ણ-ભક્તિકૃન્નિ અખિલેષ્ટદઃ ॥૧૨॥**

(૨૧) શ્રીપુરૂષોત્તમના મુખરૂપ વૈશ્વાનર-અગ્નિ સ્વરૂપ (૨૨) શ્રીવલ્લભ એવું નામ ધારણ કરનારા (૨૩) સચ્ચિદાનંદ રૂપ (૨૪) સત્ પુરૂષો-ભક્તોનું હિત કલ્યાણ કરનારા (૨૫) જીવોને શીખવવા માટે શ્રીકૃષ્ણની ભક્તિ-સેવા કરનારા (૨૬) સેવા દ્વારા પોતાના ભક્તોની સર્વ પ્રકારની લૌકિક-અલૌકિક ઇચ્છાઓ પૂરી કરનારા.

**સર્વલક્ષણસંપન્નઃ, શ્રી કૃષ્ણજ્ઞાનદો ગુરૂઃ ।**
**સ્વાનંદતુંદિલઃ પદ્મ-દલાયતવિલોચનઃ ॥૧૩॥**

(૨૭) સર્વ લક્ષણોથી યુક્ત (૨૮) શ્રી કૃષ્ણનું જ્ઞાન આપવાવાળા (૨૯) માર્ગનો ઉપદેશ કરનારા અને ફલનું દાન કરનારા ગુરૂ (૩૦) પોતાના આનંદમાં મગ્ન રહેનારા (૩૧) કમલના દલ જેવાં વિશાલ નેત્રવાળા

**કૃપાદગ્વૃષ્ટિસંહૃષ્ટ - દાસદાસીપ્રિયઃ પતિઃ ।**
**રોષદક્પાતસંપ્લુષ્ટ - ભક્તદ્વિટ્ ભક્તસેવિતઃ ॥૧૪॥**

(૩૨) પોતાની કૃપા દૃષ્ટિનો વરસાદ વરસાવવાથી પ્રફુલ્લિત થયેલા હૃદયવાળા દાસદાસીઓ - ભક્તજનોને વ્હાલા (૩૩) શરણે આવેલા-સ્વકીય જનોના રક્ષક અથવા અલૌકિક પતિ (૩૪) રોષવાળી દૃષ્ટિ

નાંખવાથી ભક્તના દ્વેષીઓનો નાશ કરનાર (૩૫) ભક્તો વડે સેવાયેલા.

**સુખસેવ્યો દુરારાધ્યો, દુર્લભાંઘ્રિસરોરુહઃ ।**
**ઉગ્રપ્રતાપો વાક્સીધુ - પૂરિતાશેષસેવકઃ ॥૧૫॥**

(૩૬) ભક્તો વડે જેમની સેવા સુખથી થઈ શકે તેવા (૩૭) ભક્તો સિવાય બીજાઓથી દુઃસાધ્ય એટલે સેવવા મુશ્કેલ છે તેવા (૩૮) જેમના ચરણકમલોની પ્રાપ્તિ દુર્લભ છે એવા (૩૯) ભક્તો સિવાયનાને આપશ્રીનો પ્રતાપ અસહ્ય છે તેવા ઉગ્ર પ્રતાપવાળા (૪૦) વાણી રૂપી અમૃતનું સિંચન કરીને સમગ્ર સેવકોને પૂર્ણ કરવાળા.

**શ્રીભાગવતપીયૂષ - સમુદ્રમંથનક્ષમઃ ।**
**તત્સાર ભૂત રાસ સ્ત્રી - ભાવ પૂરિતવિગ્રહઃ ॥૧૬॥**

(૪૧) શ્રીમદ્ ભાગવત રૂપી અમૃતના સાગરનું મંથન કરવા સમર્થ (૪૨) શ્રીભાગવતના સારભૂત રાસલીલાના ગોપીજનોના ભાવથી પરિપૂર્ણ શ્રીઅંગવાળા.

**સાન્નિધ્યમાત્રદત્ત શ્રી-કૃષ્ણપ્રેમા વિમુક્તિદઃ ।**
**રાસલીલૈકતાત્પર્યઃ, કૃપયૈતત્કથાપ્રદઃ ॥૧૭॥**

(૪૩) ભક્તોને પોતાના સાન્નિધ્ય માત્રથી જ શ્રીકૃષ્ણપ્રેમનું દાન કરનારા (૪૪) પોતાના સેવકોને વિશેષ પ્રકારની મુક્તિ-(મુક્તિથી પણ અધિક) વ્રજલીલાની પ્રાપ્તિ કરાવનાર (૪૫) એક માત્ર રાસલીલા એ જ જેમનું તાત્પર્ય એટલે ફલ છે એવા (૪૬) કૃપા કરીને રાસલીલા સંબંધી શ્રીકૃષ્ણની કથાનું દાન કરનાર-રાસલીલાના દર્શન કરાવનારા.

**વિરહાનુભવૈકાર્થ - સર્વત્યાગોપદેશકઃ ।**
**ભક્ત્યાચારોપદેષ્ટા ચ, કર્મમાર્ગપ્રવર્તકઃ ॥૧૮॥**

(૪૭) વિરહના અનુભવ માટે સર્વ ત્યાગ કરવાનો ઉપદેશ કરનારા (૪૮) ભક્તિ માર્ગના આચારનો ઉપદેશ કરવાવાળા (૪૯) કર્મ માર્ગને પ્રવર્તાવનારા.

**યાગાદૌ ભક્તિમાર્ગૈક - સાધનત્વાપદેશકઃ ।**
**પૂર્ણાનંદઃ પૂર્ણકામો, વાક્પતિર્વિબુધેશ્વરઃ ॥૧૯॥**

(૫૦) એક માત્ર પુષ્ટિ ભક્તિ પ્રાપ્ત કરવામાં સહાયક બને તેવા યાગાદિ સાધનોનો ઉપદેશ કરવાવાળા (૫૧) પૂર્ણ આનંદ સ્વરૂપ (૫૨) પૂર્ણ કામવાળા એટલે અન્ય કોઈ કામનાની અપેક્ષા નથી એવા (૫૩) વાણી-સરસ્વતીના પતિ (૫૪) વિબુધો એટલે પંડિતોમાં ઈશ્વર-શ્રેષ્ઠ.

**કૃષ્ણનામસહસ્રસ્ય, વક્તા ભક્ત પરાયણઃ ।**
**ભક્ત્યાચારોપદેશાર્થ, નાનાવાક્યનિરૂપકઃ ॥૨૦॥**

(૫૫) શ્રીકૃષ્ણનાં હજાર નામ-શ્રી પુરૂષોત્તમ સહસ્ત્ર નામ સ્તોત્ર કહેનારા (૫૬) ભક્તોમાં ભક્તિ વધે તેવા પ્રયત્નમાં નિરંતર તત્પર (૫૭) ભક્તિના આચારના ઉપદેશ માટે અનેક વાક્યો તથા ગ્રંથોના નિરૂપણ કરવાળા.

**સ્વાર્થોજ્જ્ઝિતાખિલપ્રાણ - પ્રિયસ્તાદૃશવેષ્ટિતઃ ।**
**સ્વ-દાસાર્થ કૃતાશેષ-સાધનઃ સર્વશક્તિધૃક ॥૨૧॥**

(૫૮) સ્વાર્થનો ત્યાગ કરનારા ભક્તો શ્રી મહાપ્રભુજીને પ્રાણ કરતાંય અધિક પ્રિય છે તેવા (૫૯) તાદૃશી ભગવદીયોથી વીંટળાયેલા (૬૦) પોતાના સેવકોને માટે સર્વ સાધનો કરનારા. (૬૧) સર્વપ્રકારની શક્તિઓને ધારણ કરાવાવાળા.

**ભુવિ ભક્તિ પ્રચારેક - કૃતે સ્વાન્વયકૃત્ પિતા ।**
**સ્વવંશેસ્થાપિતાશેષ-સ્વમાહાત્મ્યઃ સ્મયાપહઃ ॥૨૨॥**

(૬૨) ભૂતળ ઉપર એક માત્ર ભક્તિના પ્રચાર કરવા માટે પોતાનો અન્વય-વંશ વિસ્તાર કરવાવાળા (૬૩) તે વંશના પિતા સ્વરૂપ (૬૪) પોતાના વંશમાં પોતાનાં સંપૂર્ણ માહાત્મ્યનું સ્થાપન કરાવાવાળા (૬૫) સ્મય એટલે ગર્વ અથવા મોહ કે વિસ્મય-આશ્ચર્યને દૂર કરવાવાળા

**પતિવ્રતા પતિઃ પાર-લૌકિકૈહિકદાનકૃત ।**
**નિગૂઢહદયોનન્ય - ભક્તેષુ જ્ઞાપિતાશયઃ ॥૨૩॥**

(૬૬) પતિવ્રતા એવા શ્રીમહાલક્ષ્મીજીના અથવા અનન્ય ભાવે ભજનારા ભક્તોના પતિ (૬૭) આ લોક અને પરલોક સંબંધી સર્વ પ્રકારનાં દાન કરવાવાળા (૬૮) જેમના હદયને સમજવું અતિ મુશ્કેલ છે તેવા (૬૯) અનન્ય ભક્તોને પોતાના હદયનો ભાવ અથવા આશય જણાાવવાળા.

**ઉપાસનાદિમાર્ગાતિ - મુગ્ધમોહનિવારકઃ ।**
**ભક્તિમાર્ગે સર્વ માર્ગ - વૈલક્ષણ્યાનુભૂતિકૃત્ ॥૨૪॥**

(૭૦) ઉપાસનાદિ માર્ગોથી અતિ મુગ્ધ થયેલા જીવોના મોહનું નિવારણ કરવાવાળા (૭૧) પુષ્ટિ ભક્તિ માર્ગ અન્ય માર્ગો કરતાં વિલક્ષણ છે એવો અનુભવ કરાવવાવાળા.

**પૃથક્શરણમાર્ગોપ-દેષ્ટા શ્રીકૃષ્ણહાર્દવિત્ ।**
**પ્રતિક્ષણ નિકુંજસ્થ - લીલારસસુપૂરિતઃ ॥૨૫॥**

(૭૨) અન્ય સર્વ માર્ગો કરતાં જુદા જ પ્રકારના શરણ માર્ગનો ઉપદેશ કરનારા (૭૩) શ્રીકૃષ્ણના હદયના ભાવને જાણનારા (૭૪) ક્ષણે ક્ષણે નિકુંજમાં થતી લીલાઓના રસથી પરિપૂર્ણ.

**તત્કથાક્ષિપ્તચિત્તસ્તદ્-વિસ્મૃતાન્યો વ્રજ પ્રિયઃ ।**
**પ્રિયવ્રજસ્થિતિઃ પુષ્ટિ-લીલાકર્તા રહઃ પ્રિયઃ ॥૨૬॥**

(૭૫) શ્રીકૃષ્ણની વ્રજલીલા-નિકુંજની લીલા રસની કથામાં પરોવાયેલા ચિત્તવાળા (૭૬) ભગવદ્ લીલા કથા સિવાયના અન્ય પદાર્થોનું વિસ્મરણ કરનાર (૭૭) વ્રજ જેમને પ્રિય છે એવા (૭૮) વ્રજમાં રહેવું જેમને પ્રિય છે એવા (૭૯) પુષ્ટિ લીલા (જન્માષ્ટમી ઉત્સવ આદિ) કરવાવાળા (૮૦) એકાન્ત જેમને પ્રિય છે એવા. (૨૬)

**ભક્તેચ્છાપૂરકઃ સર્વા - જ્ઞાતલીલોતિમોહનઃ ।**
**સર્વાસક્તો ભક્તમાત્રા - સકતઃ પતિતપાવનઃ ॥૨૭॥**

(૮૧) ભક્તોની ઈચ્છા પૂર્ણ કરવાવાળા (૮૨) જેમની લીલાઓ સમજી ન શકાય તેવા (૮૩) અતિ મોહ પમાડનારા (૮૪) ભક્ત સિવાયના જીવો પર આસક્તિ વિનાના (૮૫) પુષ્ટિ ભક્તોમાં આસક્તિવાળા (૮૬) પતિતોને પણ પાવન કરનાર

**સ્વયશોગાનસંહૃષ્ટ હૃદયાંભોજવિષ્ટરઃ ।**
**યશઃ પીયૂષલહરી - પ્લાવિતાન્યરસઃ પરઃ ॥૨૮॥**

(૮૭) જે ભક્તનાં હૃદય શ્રી આચાર્યજીનો યશ ગાવાથી નિર્મળ - પ્રસન્ન થયાં છે તે ભક્તોના હૃદયકમળના આસન ઉપર બિરાજનારા (૮૮) પોતાના યશરૂપી અમૃતરસની લહેરોથી બીજા રસોને ભીંજવવાળા (૮૯) સર્વ કરતાં શ્રેષ્ઠ અથવા ક્ષર અક્ષરથી પર.

**લીલામૃતરસાર્દ્રાર્દ્રી - કૃતાખિલશરીરભૃત્ ।**
**ગોવર્ધન સ્થિત્યુત્સાહઃ, તલ્લીલા પ્રેમપૂરિતઃ ॥૨૯॥**

(૯૦) પોતાના લીલારૂપી અમૃતરસમાં સદા આર્દ્ર એટલે રસવાળા હોવાથી અખિલ દેહદધારીઓને - પુષ્ટિ જીવોને ભીંજવીં તેમને પણ રસવાળા કરવાવાળા (૯૧) ગોવર્ધનમાં બિરાજવામાં ઉત્સાહવાળા (૯૨) ગોવર્ધન ધારણ કરનારા પ્રભુની લીલાઓના પ્રેમથી ભરેલા.

**યજ્ઞભોક્તા યજ્ઞકર્તા, ચતુર્વર્ગવિશારદઃ ।**
**સત્યપ્રતિજ્ઞસ્ત્રિગુણા-તીતો નયવિશારદઃ ॥૩૦॥**

(૯૩) શ્રીઆચાર્યજી પ્રભુના મુખારવિંદ રૂપ હોવાથી-ગોવર્ધન યજ્ઞના ભોક્તા (૯૪) પોતે જ મુખારવિંદ વડે ગોવર્ધન પૂજન-અન્નકુટની આજ્ઞા કરી હોવાથી યજ્ઞ કરાવનારા (૯૫) પુષ્ટિમાર્ગીય ધર્મ, અર્થ, કામ અને મોક્ષ એ ચારે પુરૂષાર્થોમાં કુશળ (૯૬) સત્યપ્રતિજ્ઞાવાળા (૯૭) સત્ત્વ, રજ અને તમ એ ત્રણ પ્રકૃતિના ગુણોથી પર અથવા નિર્ગુણ (૯૮) નય-નીતિમાં વિશારદ

**સ્વકીર્તિવર્ધનસ્તત્ત્વ, સૂત્ર ભાષ્ય પ્રદર્શકઃ ।**
**માયાવાદાખ્યતૂલાગ્નિ-ર્બ્રહ્મ વાદનિરૂપકઃ ॥૩૧॥**

(૯૯) પોતાના યશને વધારનારા (૧૦૦) બ્રહ્મસૂત્રો પર ભાષ્ય પ્રગટ કરનારા (૧૦૧) માયાવાદરૂપી સ્ત્રરૂથ ના ઢગલા માટે અગ્નિ સ્વરૂપ (૧૦૨) બ્રહ્મવાદનું નિરૂપણ કરનાર

**અપ્રાકૃતાખિલાકલ્પ-ભૂષિતઃ સહજસ્મિતઃ ।**
**ત્રિલોકીભૂષણં ભૂમિ-ભાગ્યં સહજ સુંદરઃ ॥૩૨॥**

(૧૦૩) સર્વ અલૌકિક આભૂષણોથી શોભાયમાન (૧૦૪) સહજ સ્મિતવાળા (૧૦૫) ત્રણેય લોકના ભૂષણરૂપ (૧૦૬) ભૂમિના ભાગ્યરૂપ (૧૦૭) સ્વભાવિક રીતે સ્વરૂપથી સુંદર

**અશેષભક્તસંપ્રાર્થ્ય - ચરણાબ્જ રજોધનઃ ।**
**ઈત્યાનંદનિધેઃ પ્રોક્તં, નામ્નામષ્ટોત્તરંશતમ્ ॥૩૩॥**

(૧૦૮) જેમના ચરણકમલની રજરૂપી ધનની સર્વ ભક્તો પ્રેમ પૂર્વક પ્રાર્થના કરે છે એવા શ્રીમહાપ્રભુજી છે. આ પ્રમાણે આનંદના સાગર એવા શ્રીમહાપ્રભજીનાં ૧૦૮ નામો કહ્યાં.

**શ્રદ્ધાવિશુદ્ધિબુધ્ધિર્યઃ, પઠત્યનુદિનંઃ જનઃ ।**
**સતદેકમનાઃ સિદ્ધિ - મુક્તાં પ્રાપ્નોત્યસંશયઃ ॥૩૪॥**

શ્રદ્ધાપૂર્વક વિશુદ્ધ બુદ્ધિવાળો જે મનુષ્ય શ્રીઆચાર્યજીમાં જ મન રાખીને આ સ્તોત્રનો હર હંમેશ પાઠ કરે છે તે આગળ કહેલી શ્રીકૃષ્ણના અધરામૃતના આસ્વાદની સિદ્ધિ પ્રાપ્ત કરે છે એમાં સંશય નથી.

**તદપ્રાપ્તૌ વૃથા મોક્ષ-સ્તદાપ્તૌ તદ્‌ગતાર્થતા ।**
**અતઃસર્વોત્તમં સતોત્રં, જપ્યં કૃષ્ણરસાર્થિભિઃ ॥૩૫॥**

જો શ્રીકૃષ્ણના અધરામૃત રૂપી સિદ્ધિની પ્રાપ્તિ ન થાય તો મોક્ષ પણ નકામો છે અને આવી સિદ્ધિ પ્રાપ્ત થયા પછી તે મોક્ષનો કશો અર્થ નથી. માટે શ્રીકૃષ્ણરસની ઈચ્છાવાળા ભક્તોએ આ શ્રી સર્વોત્તમ સ્તોત્રનો જપ કરવો.

**॥ ઈતિ શ્રી મદાગ્નિકુમાર પ્રોકતં શ્રી સર્વોત્તમસ્તોત્રં સંપૂર્ણમ્ ॥**

**આ પ્રમાણે શ્રીમદ્ અગ્નિકુમાર-શ્રીગુસાંઇજીએ કહેલું સર્વોત્તમ સ્તોત્ર સંપૂર્ણ થયું.**

# સિદ્ધાન્ત-રહસ્યમ્

(છંદ-અનુષ્ટપ્)

શ્રાવણ શ્યામલે પક્ષે, એકાદશ્યાં મહાનિશિ ।
સાક્ષાદ્ ભગવતા પ્રોક્તં, તદક્ષરશ ઉચ્યતે ।।૧।।

બ્રહ્મસંબંધ કરણાત્, સર્વેષાં દેહ જીવયોઃ ।
સર્વ દોષ નિવૃત્ત હિં, દોષાઃ પંચવિદ્યાઃ સ્મૃતાઃ ।।૨।।

સહજા દેશ કાલોત્થા, લોક વેદ નિરૂપિતાઃ ।
સંયોગજાઃ સ્પર્શજાશ્ચ, ન મન્તવ્યાઃ કથંચન ।।૩।।

અન્યથા સર્વ દોષાણાં, ન નિવૃત્તિઃ કથંચન ।
અસમર્પિત વસ્તૂનાં, તસ્માદ્ વર્જન માચરેત્ ।।૪।।

નિવેદિભિઃ સમર્પ્યૈવ, સર્વં કુર્યા દિતિ સ્થિતિઃ ।
ન મતં દેવ દેવસ્ય, સામિ ભુક્ત સમર્પણમ્ ।।૫।।

તસ્મા દાદૌ સવ કાર્યે, સર્વ વસ્તુ સમર્પણમ્ ।
દત્તા પહાર વચનં, તથા ચ સકલં હરેઃ ।।૬।।

ન ગ્રાહ્ય મિતિ વાક્યં હિ, ભિન્ન માર્ગ પરં મતમ્ ।
સેવકાનાં યથા લોકે, વ્યવહારઃ પ્રસિદ્ધ્યતિ ।।૭।।

તથા કાર્યં સમર્પ્યૈવ, સર્વેષાં બ્રહ્મતા તતઃ ।
ગંગાત્વં સર્વ દોષાણાં, ગુણ દોષાદિ વર્ણના ।
ગંગાત્વેન નિરૂપ્યાસ્યાત્-તદ્વદત્રાપિ ચૈવ હિ ।।૮।।

**।। ઈતિ શ્રીમદ્ વલ્લભાચાર્ય-વિરચિતં સિદ્ધાન્ત રહસ્યં સંપૂર્ણમ્ ।।**

આ ગ્રંથ વેદતુલ્ય છે, કારણ આ વાણી સાક્ષાત્ શ્રીઠાકોરજીની જ છે.

(૧) પહેલા શ્લોકમાં આપશ્રીએ કહયું છે કે શ્રાવણ માસની શુકલ પક્ષની(સુદ) અગીયારસની મધ્યરાત્રીએ ''સાક્ષત પ્રભુ-એ પ્રકટ થઇને જે કંઇ કહયું છે તે હું અક્ષરે અક્ષર (જરાય ફેરાફાર કર્યા વિના) કહું છું''.

આ ગ્રંથમાં મુખ્યત્વે બે ભગવદ્આજ્ઞાઓ છે.

(૧) બ્રહ્મસબંધ લઇ દોષમુકત થવાની.

(૨) બ્રહ્મસબંધ લીધા પછી કેવી રીતે જીવન જીવવું તે અંગેની.

આ વિશિષ્ટ દિવસે અને સમયે ભગવદ્ આજ્ઞા થવાનું કારણ ભકતોના ત્રણે પ્રકારના દોષો **(અ) આધિભૌતિક , (બ) આધ્યાત્મિક, (ક) આધિદૈવિક** નિવૃત કરવાનું છે.

**(અ)** શુકલ પક્ષ એટલે સુદ-અજવાળિયું. ચંદ્રની કળા રોજ રોજ વધે-અંધારૂં ઓછું થાય-પ્રકાશ વધે-તેવી રીતે શરણે આવેલ જીવોના **આધિભૌતિક** દોષો દૂર થાય છે.

(બ) અગિયારસે પાંચ કર્મેન્દ્રિય,પાંચ જ્ઞાનેન્દ્રિય અને અગિયારમું મન આમ અગિયારેય ઇન્દ્રિયોને ઉપવાસ (ઉપર-રહેવું) વડે (ઉદર પોષણના લૌકિક કાર્યમાંથી મુક્ત થઇ) પ્રભુમાં જોડવામાં આવે. આમ કરવાથી શરણે આવેલા જીવના **આધ્યાત્મિક** દોષો દૂર થાય છે.

(ક) જન્માષ્ટામી પ્રભુ પ્રગટ થયા નિઃસાધન જીવોનો ઉધ્ધાર કરવા. તેવી જ રીતે આ દિવસે પ્રભુએ મધ્યારાત્રિએ પ્રકટ થઇ શ્રીમહાપ્રભુજીને આજ્ઞા કરી દૈવીજીવોના ઉધ્ધાર કરવા બ્રહ્મસબંધ આપવાની. આમ **આધિદૈવિક** દોષોની નિવૃત્તિ થાય છે.

આ આજ્ઞા વિશિષ્ટ છે કારણ તે સ્વપ્ન દ્વારા કે આકાશવાણી ધ્વારા નથી થઇ પણ સાક્ષાત પ્રભુએ પ્રકટ થઇ કરેલી આજ્ઞા છે.

(૨) બ્રહ્મસબંધ કરવાથી મનુષ્યો અને પ્રાણીમાત્રના દેહ અને જીવના સર્વ દોષો દૂર થાય છે, શરીર અને આત્માને શાસ્ત્રોમાં કહ્યાં પ્રમાણે પાંચ પ્રકારના દોષો લાગેલા હોય છે, તે ભગવત્ સેવામાં પ્રતિબંધ કરનાર હોય છે. બ્રહ્મસબંધ થવાથી આ દોષો દૂર થતાં જીવ બ્રહ્મ જેવો નિદોર્ષ બનતા સેવાનો અધિકારી બને છે.

(બ્રહ્મ-પૂર્ણપુરૂષોત્તમ, સબંધ=જોડાવું)

**પુષ્ટિમાર્ગમાં દિક્ષા બે પ્રકારની છે.**

(અ) શરણમંત્રની (અષ્ટાક્ષર મંત્રની) દીક્ષા પ્રભુ સાથે આપણા વિવાહ (સગપણ) સમાન છે.

(બ) બ્રહ્મસબંધની દીક્ષા પ્રભુ સાથે લ, સમાન છે. બ્રહ્મસબંધથી દોષો નિવૃત્ત થતાં આપણને નવો જન્મ પ્રાપ્ત થાય છે. જીવ બ્રહ્મ જેવો નિર્દોષ થાય છે.

(૩) (૧) સહજ (૨) દેશ (૩) કાળ (૪) સંયોગ અને (૫) સ્પર્શથી ઉત્પન્ન થતા પાંચ પ્રકારના દોષો બ્રહ્મસબંધથી દૂર થાય છે. અને કોઈ રીતે સેવામાં અડચણ કરતા નથી.

બીજી કોઈ રીતે આ દોષો દૂર થતા નથી. કર્મ કરવાથી સુખ મળતું નથી. પ્રાયશ્ચિત કરવાથી દોષ દૂર થતા નથી. એ તો મનના સમાધનનું કારણ માત્ર છે. જ્ઞાનથી દોષ દૂર થાય છે. (ગીતાજી પ્રમાણે)પણ જ્ઞાન મેળવવું સરળ નથી. કલિયુગમાં તીવ્ર વૈરાગ્ય વિના જ્ઞાન થવું અશક્ય છે. માટે પ્રભુને તે બધા પદાર્થો બ્રહ્મસબંધ દ્વારા સમર્પણ કરીને શુધ્ધ કરવા તે સૌથી સરળ ઉપાય છે.

(૪) પ્રભુને સમર્પણ કર્યા વિનાની બધી વસ્તુઓનો ત્યાગ કરવો જોઈએ. બધાંજ કાર્યો પ્રભુને બધીજ વસ્તુઓ સમર્પણ કરીને જ કરવાં જોઈએ. આ પુષ્ટિ માર્ગની રીતિ છે. જેમકે શ્રાધ્ધ જેવાં વૈદિક કાર્યો પ્રસાદી અન્નથી કરવાં, યજ્ઞમાં ઘી વગેરે પ્રસાદી કરી વાપરવું, બ્રહ્મ ભોજન પણ પ્રસાદી જ કરાવવું, લ,થી સ્ત્રી સેવામાં સહાયક થશે એમ વિચારવું, વસ્ત્ર આભૂષણો અથવા જે વસ્તુઓ સેવામાં પ્રત્યક્ષ અંગિકાર ના થઈ શકે તેવા પદાર્થો સેવાના કાર્યમાં પહેલાં વપારવા. સારાં વસ્ત્ર આભૂષણ પહેરી વિચારવું કે ઠાકોરજી ખૂબ ખૂશ થશે. નવા જોડાં પહેરી પહેલાં દર્શને જવું વગેરે...હવે કઈ વસ્તુઓ અંગિકાર ન કરાવવી તે સમજાવે છે.

(૫) શ્રીકૃષ્ણ દેવાધિદેવ છે તેમને અર્ધભુક્તા સામગ્રી (અર્ધી વાપરેલી) સમર્પણ ન કરવી. લાવેલી વસ્તુઓ પહેલાં પ્રભુને અંગિકાર કરાવ્યા વિના તેમાં લાલસા રાખવી નહિ. ભૂલેચૂકે આવી ઇચ્છા થઇ જાય તો દીનતા પૂર્વક પ્રભુની માફી માગી લેવી, બધીજ વસ્તુઓ પહેલાં પ્રભુને અંગિકાર કરાવી પ્રસાદી રૂપે જ વાપરવી. પ્રસાદનો અર્થ કૃપા થાય છે.

દરેક કાર્યની શરૂઆતમાં સર્વ વસ્તુઓ પ્રભુને સમર્પણ કરી પછી જ તેનો ઉપયોગ કરવા ઉપર શ્રીમહાપ્રભુજી ભાર મૂકી આજ્ઞા કરે છે.

(૬) હવે શ્રીમહાપ્રભુજી દાન અને સમર્પણ વચ્ચેનો તફાવત સમજાવે છે. કોઈપણ વસ્તુ ઉપરથી આપણો હક્ક ઉઠાવી લઇ સામી વ્યકિતનો હક્ક બેસાડવો (સ્થાપિત કરવો) તે દાન કહેવાય, જ્યારે જે વસ્તુ જેની છે તેને તે સોંપવી તે સમર્પણ કહેવાય. દાન કરેલી વસ્તુઓ ઉપયોગ ન કરાય. દાન કરેલી વસ્તુનો ઉપયોગ શાસ્ત્ર વિરૂધ્ધ છે. પૂજામાર્ગમાં દાનનો જ પ્રચાર છે. સમર્પણનો તો વિચાર જ નથી. **ભક્તિમાર્ગમાં પ્રભુને સમર્પણ કરવાથી વસ્તુ ભગવદ્રૂપ બને છે.** તેથી સમર્પણ કરીને જ પ્રસાદી રૂપે-કૃપા રૂપે વાપરવાની રીત છે. આમ પ્રસાદી વસ્તુઓનો ઉપયોગ કરી આપણે માયાને તરી જોઈએ છીએ.

(૭) જેવી રીતે જગતમાં સેવક માલિકની ઇચ્છા સમજી, તેમની આજ્ઞા પ્રમાણે બધું કાર્ય કરે છે, તેવી રીતે ભક્તે પણ બધું સમર્પણ કરીને જ બધો વ્યવહાર કરવો જોઈએ. સર્વ કાર્ય કરતાં પહેલા ભક્તે પ્રભુને વિનંતી કરી આજ્ઞા માગવી જોઈએ.

અથવા મનથી સમર્પિત કરી સર્વ કાર્ય કરવાં તેથી દોષ લાગતો નથી. અને સર્વ વસ્તુ દોષ રહીત થાય છે.

(૮) હવે શ્રીમહાપ્રભુજી ગંગાજીનું ઉદાહરણ આપી સમજાવે છે કે બ્રહ્મ સાથેના સબંધથી કઇ રીતે બ્રહ્મપણું-નિર્દોષપણું પ્રાપ્ત થાય છે. મલિન જળ ગંગાજીમાં નથી મળતું ત્યાં સુધી અપવિત્ર રહે છે, પરંતુ ગંગાજીમાં મળતાં ગંગાજળ થઇ જાય છે. જે મેલા જળને અડવાથી સ્નાન કરવું પડે, તે ગંગાજીમાં ભળી જવાથી, ગંગાજીના સામર્થ્યથી પવિત્ર બનતાં પાન કરવા લાયક બને છે. તેમાં સ્નાન કરવાથી પાપ નિવૃત્ત થાય છે. આમ **બ્રહ્મસબંધથી બ્રહ્મપણું-નિર્દોષપણુ પ્રાપ્ત થાય છે.**

આમ બ્રહ્મસબંધ પછી ભવિષ્યમાં નવા દોષ ના લાગે માટે **સર્વ વસ્તુ સમર્પણ કરીનેજ ઉપયોગમાં લેવી.**

ટૂંકમાં બ્રહ્મસંબધ લઇ, આજ્ઞા મેળવી, યથા શક્તિ, દીનતા પૂર્વક સેવા કરવી અને બધી વસ્તુઓ પ્રભુને અંગિકાર કરાવી ઉપયોગ કરવો. હંમેશા ભગવદિયો સાથે મળી બ્રહ્મસબંધ મંત્રનું રહસ્ય વિચારવું.

જેવી ભગવાનમાં સર્વોત્તમ ભક્તિ હોય તેવી જ ભક્તિ ગુરૂદેવમાં રાખી, તેમની આજ્ઞા પ્રમાણે ચાલવું.

**આ પ્રમાણે શ્રીમદ્‌વલ્લભાચાર્યજી રચેલ ''સિધ્ધાંત રહસ્ય'' ગ્રંથ સંપૂર્ણ થયો.**

# નવરત્નમ્

**(છંદ-શ્લોક ૧ આર્યા, ૨ થી ૯ અનુષ્ટપ્)**

ચિન્તા કાપિ ન કાર્યા, નિવેદિતાત્મભિઃ કદાપીતિ ।
ભગવાનપિ પુષ્ટિસ્થો, ન કરિષ્યતિ લૌકિકીંચ ગતિમ્ ॥૧॥

નિવેદનં તું સ્મર્તવ્યં, સર્વથા તાદૃશૈ ર્જનૈઃ ।
સર્વેશ્વર શ્ચ સર્વાત્મા, નિજેચ્છાતઃ કરિષ્યતિ ॥૨॥

સર્વેષાં પ્રભુ સમ્બન્ધો, ન પ્રત્યેક મિતિ સ્થિતિઃ ।
અતોન્ય વિનિયોગેપિ, ચિન્તા કા સ્વસ્ય સોપિચેત્ ॥૩॥

અજ્ઞાના દથ વા જ્ઞાનાત્, કૃત માત્મ નિવેદનમ્ ।
યૈઃ કૃષ્ણ સાત્કૃત પ્રાણૈ-સ્તેષાં કા પરિદેવના ॥૪॥

તથા નિવેદને ચિન્તા, ત્યાજ્યા શ્રી પુરૂષોત્તમે ।
વિનયોગેપિ સાત્યાજ્યા, સમર્થો હિ હરિઃ સ્વતઃ ॥૫॥

લોકે સ્વાસ્થ્યં તથા વેદે, હિરસ્તુ ન કરિષ્યતિ ।
પુષ્ટિ માર્ગ સ્થિયો યસ્માત્, સાક્ષિણો ભવતા ખિલાઃ ॥૬॥

સેવા કૃતિ ર્ગુરો રાજ્ઞા-બાધનં વા હરીચ્છયા ।
અતઃ સેવા પરંચિત્તં, વિધાય સ્થીયતાં સુખમ્ ॥૭॥

ચિત્તો દ્વેગં વિધા યાપિ, હરિર્યદ્યત્ કરિષ્યતિ ।
તથૈવ તસ્ય લીલેતિ, મત્વા ચિન્તાં દ્રુતં ત્યજેત્ ॥૮॥

તસ્માત્ સર્વાત્મના નિત્યં, શ્રી કૃષ્ણઃ શરણં મમ્ ।
વદદ્ ભિરેવ સતતં, સ્થેય મિત્યેવ મે મતિઃ ॥૯॥

**॥ ઈતિ શ્રીમદ્ વલ્લભાચાર્ય વિરચિતં નવરત્નમ્ સંપૂર્ણમ્ ॥**

જે ભક્તોએ આત્મનિવેદન ધ્વારા પોતાનું સર્વસ્વ પ્રભુને સમર્પણ કરી દીધું છે. તેમણે કોઈ પણ સમયે, કોઈ પણ જાતની ચિંતા કરવી નહિ. ભક્તો સેવા પધરાવી સેવા કરે, પરંતુ સેવામાં મન લાગે નહિ, મનમાં ખૂબ વ્યગ્રતા રહે તો પણ કોઈ જાતની ચિંતા કરવી નહિ. પણ શ્રધ્ધાથી અને અતૂટ શરણભાવનાથી ''નવરત્નમ્'' નો પાઠ કરવો. જેથી શ્રીમહાપ્રભુજીની કૃપાથી મનની વ્યગ્રતા, ચિંતા વગેરે દૂર થઈ મન ભગવદ્ સેવામાં સ્થિર થશે. (લાગશે)

(૧) બ્રહ્મસંબંધી જીવે દૃઢ વિશ્વાસ રાખવો કે પ્રભુ તેની લૌકિક ગતિ કદાપિ નહિ કરે, જીવે તેનું અંતઃકરણ સર્વ ઉપાયોથી પ્રભુમાં જોડવું અને સતત અષ્ટાક્ષર મંત્રનો જપ કરવો. કોઈ વખત પરીક્ષા કરવા, પ્રારબ્ધના ભોગે કે તંદુરસ્ત શરીર ન હોવાથી કે કૌટુંબિક મુશ્કેલીઓને લીધે સેવામાં મુશ્કેલીઓ આવી પડે તો પણ ચિંતા ન કરતાં શરણાગતિ સ્વીકારવી. પ્રભુ ખૂબ દયાળુ છે, તે શરણે આવેલાનો અવશ્ય ઉધ્ધાર કરી અંગિકાર કરે છે, કદી તરછોડતા નથી. માટે ચિંતા છોડી શરણભાવના રાખવી.

(૨) નિવેદનમંત્રનું તાદશી વૈષ્ણવો સાથે મળીને હંમેશાં સ્મરણ કરવું. નિવેદનમંત્રના સ્મરણથી આસુરાવેશ થતો નથી. ભગવાન સર્વના ઈશ્વર અને સર્વના આત્મા છે તેથી તેઓ પોતાની ઈચ્છા પ્રમાણે જ બધું કરશે. માટે કદાપિ પ્રાર્થના ન કરવી.

(૩) બધાંનો પ્રભુ સાથે સબંધ છે. કોઈનો મુખ્ય કે ગોણ નથી. બ્રહ્મસંબંધ વખતે સ્ત્રી, પુત્ર, કુટુંબ વગેરેનું સમર્પણ કરીએ છીએ પણ તે બધાં ચેતન પદાર્થો છે. તેમને પોતાનો અલગ આત્મા છે. દરેકને પાંચ દોષ લાગેલા છે માટે તેમનો બ્રહ્મસબંધ થવો જરૂરી છે. કદાચ સંજોગોવસાત્ અલગ બ્રહ્મસંબંધ ન થયું હોય તો પણ ચિંતા ન કરવી. આપણા સંબંધથી તેમનું પણ પ્રભુને સમર્પણ થયેલું જ છે તેમ માનવું. આ રીતે જડ પદાર્થોનું પણ સમર્પણ થઇ જાય છે. કોઇ ચેતન કે જડ પદાર્થોનો સેવામાં વિશેષ (વિનિયોગ) અંગિકાર થાય તો માનવું કે તેના ઉપર પ્રભુની વિશેષ કૃપા છે. કદાચ આપણા દેહાદિક માટે કોઇ ચેતન કે જડ પદાર્થોનો ઉપયોગ થાય તો પણ ચિંતા કરવી નહિ, અને તેમાં અહંતા-મમતા રાખવી નહિ. દરેક કાર્ય કરતી વખતે પ્રભુની શરણભાવના વિચારવી.

(૪) સમજપૂર્વક કે સમજ્યા વિના પણ જેમણે બ્રહ્મસંબંધ લીધું છે અને પોતાના પ્રાણ શ્રીકૃષ્ણની સાથે જોડ્યા છે તેમણે ચિંતા કરવી નહિ. કારણ **પ્રભુ સર્વ સમર્થ છે.** નિવેદન પછી પ્રભુ પ્રેમલક્ષણા ભક્તિ આપી પોતાના સ્વરૂપ દર્શનનું દાન કરશે.

(૫) આત્મનિવેદનનો પ્રભુ અંગિકાર કરે જ છે, માટે ચિંતા કરવી નહિ. પ્રભુએ કૃપા કરીને જ જીવની પાસે આત્મનિવેદન કરાવ્યું છે. ભૂલથી પણ જો અન્યવિનિયોગ થઇ જાય તો પણ

ચિંતા કરવી નહિ. કારણ કે શ્રીહરિ પોતે સર્વ સમર્થ છે. કોઇ સાધનની અપેક્ષા રાખતા નથી. કેવળ પોતાના પ્રમેય બળથી જ ભક્તનો ઉદ્ધાર કર છે.

(૬) આપણા લૌકિક-વૈદિક કાર્યોમાં વિઘ્ન આવે ત્યારે માનવું કે તેમાંથી આપણી આસકિત છોડાવવા પ્રભુએ જ વિઘ્ન નાખ્યાં છે. માટે તેમાંથી આસક્તિ છોડી, પ્રભુની શરણ-ભાવના કરવી. ભક્ત પ્રભુનું સ્મરણ છોડી લૌકિક-વૈદિક કાર્યો કરે તે પ્રભુને ગમતું નથી. માટે તેમાં **વિઘ્નો આવે તો પ્રભુની કૃપા માનવી**. સેવા સ્મરણમાં આનંદ પૂર્વક મન જોડવું અને વિચારવું કે પ્રભુએ મારો અંગિકાર કરવા માંડ્યો છે. આવા ભક્તોએ જળકમળવત્-સાક્ષીવત્થઇ રહેવું. નિરૂપાયે કરવા પડે તો લૌકિક-વૈદિક કાર્યો આસક્તિ વિના કરવા.

(૭) ગુરૂની આજ્ઞા પ્રમાણે સેવા કરવી. સેવા કરતાં ક્યારેક પ્રભુ આજ્ઞા કરે તા તે પ્રમાણે સેવામાં વર્તવુ. તેમ કરતાં ગુરૂદેવની આજ્ઞા બાધક થતી નથી. આજ્ઞા કાંતો પ્રભુ સાક્ષાત કરે, અથવા સ્વપ્ન દ્વારા અથવા અંતઃકરણ ધ્વારા કરે છે. ભગવદ્ આજ્ઞા બે પ્રકારની હોય છે પ્રભુને સુખ થાય તેવી, તેનું તરત જ પાલન કરવું . અને ભકતને સુખ થાય તેવી આજ્ઞા હોય તો પાલન કરવું નહિ.

(૮) ભગવાનની સેવા કરતાં પણ ભગવાન આપણા ચિત્તને ઉદ્વેગ વાળું કરે ત્યારે તે ભગવાનની લીલા છે એમ માની ચિંતાનો તરત ત્યાગ કરવો. ભગવાન કસોટી કરવા કે પ્રારબ્ધના ભોગ ભોગવવા દુઃખ આપે તો સહન કરવું અને ધીરજ તેમજ શરણ ભાવના રાખવી. જે જે દુઃખ આવી પડે તે બધી પ્રભુની લીલા છેઅને આપણા પ્રારબ્ધના કર્મોનો નાશ કરવા માટે છે એમ માની ચિંતા ન કરવી. કારણ કે **ચિંતાથી બળેલા**

**હૃદયમાં પ્રભુ બિરાજતા નથી.** તેવા હૃદયમાં ભકિત ભાવ ટકતો નથી, અસુરાવેશ આવી જાય છે માટે ચિંતા છોડી સેવા સ્મરણ કરતાં પ્રભુ પરાયણ જીવન ગાળવું.

(૯) છતાં પણ ચિંતા થયા કરે તો સર્વાત્મ ભાવથી નિરંતર શ્રીકૃષ્ણઃશરણંમમ્ એ અષ્ટાક્ષર મહામત્ર સતત રટયા કરવો એવી શ્રીમહાપ્રભુજીની આજ્ઞા છે.

પ્રભુ કોઈપણ સાધનથી પ્રાપ્ત થતા નથી. તેઓ જે જીવ પર કૃપા કરે તેને અવશ્ય પ્રાપ્ત થાય છે. માટે બ્રહ્મસબંધ લીધા પછી પ્રભુ મારૂં સર્વ સિધ્ધ કરશે તેમ માની અશ્કય વિચારો છોડી દેવા. દીનતા પૂર્વક પોતાની અશકિત વિચારી. પ્રભુની શરણભાવના રાખવી. **પ્રભુ સર્વ સામર્થ્યવાન છે. કર્તુમ, અકર્તુમ, અન્યથા કર્તુમ છે.** પરમાનંદ આપનાર છે. માટે તેમની શરણાગતિથી ચડિયાતું બીજું કોઈ જ સાધન નથી. **માટે હર હંમેશ સતત અષ્ટાક્ષર મહામંત્ર ''શ્રી કૃષ્ણઃ શરણં મમ્'' નું રટણ કરવાની શ્રીમહાપ્રભુજી આજ્ઞા કરેછે.**

આ પ્રમાણે શ્રીમદ્‌મહાપ્રભુ શ્રીવલ્લભાચાર્યજીએ પ્રગટ કરેલ નવરત્ન ગ્રંથ પૂર્ણ થયો.

# શ્રી કૃષ્ણાશ્રય

(છંદ-અનુષ્ટૂપ)

સર્વ માર્ગેષુ નષ્ટેષુ, કલૌ ચ ખલ ધર્મિણિ ।
પાખંડે પ્રચુરે લોકે, કૃષ્ણ એવ ગતિ ર્મમ ||૧||

મ્લેચ્છા ક્રાન્તેષુ દેશેષુ, પાપૈક નિલયેષુ ચ ।
સત્પીડા વ્યગ્ર લોકેષુ, કૃષ્ણ એવ ગતિ ર્મમ ||૨||

ગંગાદિ તીર્થ વર્યેષુ, દુષ્ટૈ રવા વૃતે ષ્વિહ ।
તિરોહિતા ધિદૈવેષુ, કૃષ્ણ એવ ગતિ ર્મમ ||૩||

અહંકાર વિમૂઢેષુ, સત્સુ પાપાનું વર્તિષુ ।
લાભ પૂજાર્થ યત્નેષુ, કૃષ્ણ એવ ગતિ ર્મમ ||૪||

અપરિજ્ઞાન નષ્ટેષુ, મંત્રેષ્વવ્રત યોગિષુ ।
તિરોહીતાર્થ દેવેષુ, કૃષ્ણ એવ ગતિ ર્મમ ||૫||

નાનાવાદ વિનષ્ટેષુ, સર્વ કર્મ વ્રતા દિષુ ।
પાખંડૈક પ્રયત્નેષુ, કૃષ્ણ એવ ગતિ ર્મમ ||૬||

અજામિલાદિ દોષાણાં, નાશકો નુભવે સ્થિતઃ ।
જ્ઞાપિતાખિલ માહાત્મ્યઃ, કૃષ્ણ એવ ગતિ ર્મમ ॥૭॥

પ્રાકૃતાઃ સકલા દેવા - ગણિતા નન્દકં બૃહત્ ।
પૂર્ણાનંદો હરિસ્તસ્માત્, કૃષ્ણ એવ ગતિ ર્મમ ॥૮॥

વિવેક ધૈર્ય ભક્ત્યાદિ - રહિ તસ્ય વિશેષતઃ ।
પાપા સક્તસ્ય દીનસ્ય, કૃષ્ણ એવ ગતિ ર્મમ ॥૯॥

સર્વ સામર્થ્ય સહિતઃ, સર્વ ત્રૈવા ખિલાર્થ કૃત્ ।
શરણસ્થ સમુદ્ધારં, કૃષ્ણં વિજ્ઞા પયા મ્યહમ્ ॥૧૦॥

કૃષ્ણાશ્રય મિદં સ્તોત્રં, યઃ પઠેત્ કૃષ્ણ સન્નિધૌ ।
તસ્યા શ્રયો ભવેત્ કૃષ્ણ, ઈતિ શ્રી વલ્લભો બ્રવીત્ ॥૧૧॥

**॥ ઈતિ શ્રીમદ્ વલ્લભાચાર્ય-વિરચિતં કૃષ્ણાશ્રય સ્તોત્રં સંપૂર્ણમ્ ॥**

રાજભોગ આરતી પછી દંડવત કરતાં આ ગ્રંથનો પાઠ કરવો. પણ સમયની અનુકૂળતા ન હોય તો ગમે તે સમયે પ્રભુની સન્મુખ દીનતા પૂર્વક અર્થ વિચારીને પાઠ કરવો. પાઠ કરતાં મન પ્રભુમાં જ જોડવું.

(૧) **અહીં કાળધર્મની અશુધ્ધિ બતાવી છે.**

આ ઘોર કલિયુગમાં પ્રભુ પ્રાપ્તિના બધા માર્ગો જેવાં કે કર્મ, જ્ઞાન, ઉપાસના, ભક્તિ વગેરે નાશ પામ્યા છે. લોકોમાં દુષ્ટતા (પાખંડ) વધી ગયો છે. તેવા સમયમાં શ્રીકૃષ્ણ એજ મારૂં શરણ છે. આશ્રય છે. ગતિ છે.

**(ઘોર કળિયુગમાં ભવસાગર તરવા માટે પુરૂષોત્તમ શ્રીકૃષ્ણનો દીનતા પૂર્વક આશ્રય એજ એક માર્ગ છે.)**

(૨) **દેશની અશુધ્ધિનું વર્ણન છે.**

પવિત્ર દેશો (યાત્રાના સ્થળો) આસુરી મુનષ્યોથી ઉભરાય છે, અને કેવળ પાપના સ્થાન રૂપ બની ગયાં છે. સારા મનુષ્યોને ધર્મનું સદાચરણ કરવામાં અનેક દુઃખ પડે છે, તે જોઇ લોકોમાંથી ધર્મ પરની શ્રધ્ધા ઘટી જાય છે. આ સંજોગોમાં તીર્થ સ્થાનોમાં જવા કરતાં શ્રીકૃષ્ણનો જ દ્રઢ આશ્રય રાખવો.

(૩) **તીર્થોની અશુધ્ધિનું વર્ણન છે.**

ગંગાજી જેવા ઉત્તમ તીર્થો દુષ્ટ મનુષ્યોથી વીંટળાઇ ગયા છે. તીર્થોનું આધિદૈવિક સ્વરૂપ છૂપાઇ ગયું છે. માત્ર આધિભૌતિક સ્વરૂપ દેખાય છે. તે આપણો ઉધ્ધાર કરવા સમર્થ નથી. માટે શ્રીકૃષ્ણ એજ મારૂ શરણ છે. **(શ્રધ્ધા વગરના પાપાત્મા, નાસ્તિક અને સંશય કરનારને તીર્થનું ફળ મળતું નથી.)**

(૪) **કર્તા અને દ્રવ્યની અશુધ્ધિનું વર્ણન છે.**

સારા પુરૂષો અહંકારમાં મૂઢ બન્યા છે. (સારાસારનું ભાન ગુમાવ્યું છે.) તેઓ પાપી પુરૂષોને અનુસરે છે. પોતાને ધન વગેરેનો લાભ થાય, પોતાનાં માન આબરૂ વધે, લોકો તેમની પૂજા કરે એવા પ્રયત્ન કરી રહ્યાં છે. આવા અસત્ પુરૂષો પણ આપણો ઉધ્ધાર કરી શકે તેમ નથી. માટે શ્રીકૃષ્ણ એજ મારૂ શરણ છે. (આસુરી સંપત્તિના છ લક્ષણો છે. દંભ, દર્પ, ક્રોધ, અભિમાન, કઠોરતા અને અજ્ઞાન. આવા મનુષ્યોનો આશ્રય કરવો નહિ, પરંતુ **પ્રભુ કૃપાથી શુધ્ધ હૃદયવાળા ઉત્તમ ભગવદીય મળે તો તેમનો સંગ અવશ્ય કરવો અને કેવળ શ્રીકૃષ્ણનું જ શરણ સ્વીકારવું.)**

(૫) **મંત્રની અશુધ્ધિનું વર્ણન છે.**

અત્યારે કોઈને મંત્રનું સાચું જ્ઞાન નથી, યમ-નિયમ વગેરે યોગના વ્રતોનું પાલન કરતાં કરતાં વેદમંત્ર ભણવા જોઈએ.

પણ હાલ તેમ થતું નથી. માટે મંત્રોમાંથી તેના અર્થ અને દેવતા તિરોધાન થયા છે, માટે મંત્રો ફળ આપવા શક્તિમાન નથી. તેથી **આ સમયમાં શ્રેષ્ઠમાં શ્રેષ્ઠ મંત્ર "શ્રીકૃષ્ણ શરણં મમ્" છે.**

(૬) **કર્મની અશુધ્ધિનું વર્ણન છે.**

વેદથી વિરૂદ્ધ એવા અનેક પ્રકારના વાદ-વિવાદ ચાલે છે, તેથી બધા કર્મો, વ્રત વગેરે નાશ પામ્યા છે. લોકો કેવળ પાખંડ માટે જ પ્રયત્ન કરે છે. આવા સમયમાં શ્રીકૃષ્ણજ મારૂ શરણ છે.

(લોકો પોતપોતાની રીતે વેદના જુદા જુદા અર્થ કરી પાખંડ વધારે છે. વાદ-વિવાદ ખૂબ વધી ગયા છે. **કર્મ કરવાથી કર્મનું ફળ મળતું નથી, પણ ભગવત્ કૃપાથી જ કર્મનું ફળ મળે છે.** તેથી લૌકિક-વૈદિક કાર્યો ફળની ઈચ્છા વિના દેખાવ પૂરતાં જ કરવાં. **સાચું કર્મ તો ભગવદ્ સેવા અને સ્મરણ છે. તે કરતાં કરતાં શ્રીકૃષ્ણનો દૃઢ આશ્રય રાખવો.**)

આમ દેશ, કાળ, તીર્થો, દ્રવ્ય, કર્તા, મંત્ર, કર્મની અશુધ્ધિ બતાવી. હવે ચારેવ પુરૂષાર્થનું નિરૂપણ કરે છે.

(૭) **ધર્મનું નિરૂપણ છે.**

ભક્તો જાણે છે કે અજામિલ વગેરે પાપીઓનાં પાપોનો પણ નાશ કરનાર પ્રભુ છે. અધમમાં અધમ જીવ પણ પ્રભુનું નામ લે તો તેના પાપ નાશ પામે છે. તે કૃતાર્થ થાય છે. પોતાનું આવું અદ્ભુત મહાત્મ્ય જણાવનાર શ્રીકૃષ્ણ જ મારૂં શરણ છે.

ભગવાન જેના ઉપર કૃપા કરે છે, તેજ માણસ ભગવાનને મેળવી શકે છે. પ્રભુ જીવના ગુણ-દોષો કે સ્વભાવ સામું જોતા નથી. પણ તેનો સ્વીકાર કરી તેના સર્વ દોષ દૂર કરે છે.

તેથી શ્રીગુરૂદેવ દ્વારા બ્રહ્મસંબંધ લઇ દઢ ભગવદાશ્રય રાખવો આજ આપણો ધર્મ છે. દા.ત. અજામિલે પુત્રના નામ ઉપરથી ભગવાનનું નામ લીધું તો ભગવદ્ધામમાં પહોંચી ગયો. તો પછી જે શ્રધ્ધાથી ભગવાનનું નામ લે તે ભગવદ્ ધામને પામે જ એમાં સંશય નથી.

આ રીતે **જીવનો ધર્મ ભગવદ્નામ-સ્મરણ અને સેવા રૂપી પુરૂષાર્થ છે.**

(૮) **અર્થનું નિરૂપણ છે.**

બધા દેવો પ્રાકૃત છે. કારણ તેઓ પ્રકૃતિને વશ છે. અક્ષર બ્રહ્મનો આનંદ ગણી શકાય તેવો છે. કેવળ શ્રીકૃષ્ણ જ પૂર્ણાનંદ છે. તેથી શ્રીકૃષ્ણ જ મારૂં શરણ છે.

અક્ષર બ્રહ્મ પ્રભુનું નિવાસ સ્થાન હોવાથી બધા લોક થી શ્રેષ્ઠ છે, પણ તેના આનંદની ગણત્રી થઇ શકે છે. શ્રીકૃષ્ણનો આનંદ ભજનાનંદ કહેવાય છે. આવા **પૂર્ણાનંદ અગણિતાનંદ સ્વરૂપ શ્રીકૃષ્ણજ આપણા અર્થ રૂપ છે. તેમના શરણે જવાથી જ તેમના સ્વરૂપાનંદની પ્રાપ્તિ થાય છે.** દેવો તો સગુણ જ છે તેથી તેમની મુક્તિ પણ સગુણ છે, માટે કેવળ શ્રીકૃષ્ણ જ મારૂં શરણ છે.

(૯) **કામનું નિરૂપણ છે.**

મારામાં વિવેક, ધૈર્ય કે ભક્તિ નથી. હું પાપમાં આસક્તિ વાળો છું. હું સાધન વગરનો દીન છું. તેથી શ્રીકૃષ્ણ જ મારૂં શરણ છે.

પ્રભુ દીન દયાળુ છે. તણખલાથી માંડી બ્રહ્માજી સુધીના સૌ નાશવંત છે. તેથી ક્ષર કહેવાય. અક્ષરબ્રહ્મ ભગવદ્ ધામ છે. આમ ક્ષર અને અક્ષર કરતાંય ઉત્તમ એવા **પૂર્ણપુરૂષોત્તમ શ્રીકૃષ્ણ વિના જીવના સર્વ મનોરથો કોણ પૂર્ણ કરે? માટે**

**શ્રીકૃષ્ણ જ આપણા ત્રીજા પુરૂષાર્થ કામ છે.** તેઓનો જ દ્દઢ આશ્રય રાખવો.

(૧૦) **મોક્ષનું નિરૂપણ છે.**

પ્રભુ શ્રીકૃષ્ણ સર્વ પ્રકારના સામર્થ્યવાળા છે. સર્વ સ્થળે ભક્તોના (ઈચ્છિત પદાર્થ) સર્વ અર્થ આપનાર છે. શરણે આવેલાનો સારી રીતે ઉધ્ધાર કરનાર છે. આવા શ્રીકૃષ્ણને હું વિનંતી કરૂ છું.

ભગવાન શ્રીકૃષ્ણ કર્તુમ, અકર્તુમ અન્યથા કર્તુમ સમર્થ છે. પ્રભુની ઈચ્છાથી સર્વ કાંઈ થાય છે. શરણે આવેલા ભક્તોની બધી ઈચ્છાઓ પૂર્ણ કરે છે. **તેમના શરણે જનાર જીવને પોતાની સેવા-સ્મરણનું દાન કરીને ભક્તિ આપે છે. જે મોક્ષથી પણ અધિક છે. આમ આપણો મોક્ષ પુરૂષાર્થ પણ શ્રીકૃષ્ણ જ છે.**

ટૂંકમાં **આપણા ધર્મ, અર્થ, કામ અને મોક્ષ એમ ચારેય પુરૂષાર્થો શ્રીકૃષ્ણ અને એમનું શરણ જ છે.**

આ કૃષ્ણાશ્રય સ્તોત્રનો પાઠ જે કોઈ શ્રીકૃષ્ણની સન્મુખ દીનતા પૂર્વક કરશે તેનો, શ્રીકૃષ્ણનો આશ્રય અવશ્ય સિધ્ધ થશે. તેમ શ્રીમહાપ્રભુજી કહે છે.

આ પ્રમાણે શ્રીમહાપ્રભુજીએ રચેલ શ્રીકૃષ્ણાશ્રય સ્તોત્ર સંપૂર્ણ થયું.

# ચતુઃ શ્લોકી

(છંદ-અનુષ્ટુપ્)

સર્વદા સર્વ ભાવેન, ભજનીયો વ્રજા ધિપઃ ।
સ્વસ્યાય મેવ ધર્મો હિ, નાન્યઃ ક્વાપિ કદાચન ॥૧॥

એવં સદા સ્મ કર્તવ્યં, સ્વય મેવ કરિષ્યતિ ।
પ્રભુઃ સર્વ સમર્થો હિ, તતો નિશ્ચિન્તતાં વ્રજેત્ ॥૨॥

યદિ શ્રી ગોકુલાધીશો, ધૃતઃ સર્વાત્મના હ્રદિ ।
તતઃ કિમ પરં બ્રૂહિ, લૌકિકૈ વૈદિકૈ રપિ ॥૩॥

અતઃ સર્વાત્મના શશ્વદ્ - ગોકુલેશ્વર પાદયોઃ ।
સ્મરણં ભજનં ચાપિ, ન ત્યાજ્ય મિતિ મે મતિઃ ॥૪॥

**॥ ઈતિ શ્રીમદ્ વલ્લભાચાર્ય-વિરંચિત ચતુઃશ્લોકી સમાપ્ત ॥**

આ ગ્રંથમાં શ્રીમહાપ્રભુજીએ અલૌકિક ભક્તિમાર્ગના ચાર પુરૂષાર્થ ધર્મ, અર્થ, કામ અને મોક્ષ ક્યા હોય? તેનું નિરૂપણ કર્યું છે.

(૧) **અલૌકિક પુરૂષાર્થ**

હંમેશા સર્વાત્મભાવથી વ્રજના અધિપતિ એવા શ્રીકૃષ્ણ પ્રભુની જ સેવા કરવી જોઈએ. આપણો સાચો ધર્મ આ જ છે. કોઈ સ્થળે કે કોઈ કાળે બીજો કોઈ ધર્મ નથી.

**ભગવાન અંશી છે અને જીવ અંશ છે. તેથી અંશે અંશીની સેવા કરવી તે જ ધર્મ છે.**

(૨) **અર્થ પુરૂષાર્થ**

**ભક્તો એ હંમેશાં સેવારૂપી સ્વધર્મનું પાલન કરવું,** પ્રભુ પોતે જ ભક્તના સર્વ કાર્યો સિધ્ધ કરશે, કારણ કે પ્રભુ સર્વ સમર્થ છે. તેથી ભક્તોએ નિશ્ચિંત રહેવું જોઈએ.

આમ બધું છોડી **પ્રભુની સેવા કરનાર ભક્તના અર્થ રૂપ પ્રભુ પોતે જ બને છે.** માટે ધન વગેરેની ચિંતા કરવી નહિ.

(૩) **કામ પુરૂષાર્થ**

જો સર્વાત્મભાવ પૂર્વક શ્રીગોકુલના અધિપતિ એવા શ્રીકૃષ્ણને હૃદયમાં ધારણ કરી લેવામાં આવે તો પછી લૌકિક-વૈદિક કાર્યો કરવાનું બીજું શું પ્રયોજન હોય? તે તું મને (શ્રીમહાપ્રભુજીને) કહે.

**જો સર્વાત્મભાવથી પ્રભુને હૃદયમાં ધારણ કરી લેવામાં આવે તો તેઓ જ કામ (ઈચ્છા) સ્વરૂપ છે. પછી બીજી કશી અપેક્ષા રહેતી નથી.**

(૪) **મોક્ષ પુરૂષાર્થ**

સર્વાત્મ ભાવ વડે હંમેશાં શ્રીગોકુલના ઈશ્વર એવા **શ્રીકૃષ્ણ પ્રભુના ચરણારવિંદનું સ્મરણ અને તેમની સેવા કદાપિ છોડવાં નહિ.** આ પ્રમાણે મારી મતિ છે. (શ્રીમહાપ્રભુજીની અનુભવ પૂર્વકની આજ્ઞા છે.)

નિત્ય સેવા-સ્મરણ કરવાથી પ્રભુ ભક્તના હૃદયમાં પધારી તેને પોતાની લીલાઓના સ્વરૂપાનંદનું દાન કરે છે. ૮૪-૨૫૨ વૈષ્ણવોની માફક આ શરીરે જ પ્રભુ સાનુભવ જતાવે છે. આ સુખ મર્યાદા માર્ગીય મોક્ષ કરતાં પણ અધિક છે. આજ પુષ્ટિમાર્ગીય મોક્ષ છે.

આ પ્રમાણે શ્રીમહાપ્રભુજીએ રચેલ ચતુઃશ્લોકી ગ્રંથ સંપૂર્ણ થયો.

# ભક્તિ વર્ધિની

(છંદ-અનુષ્ટુપ)

યથાભક્તિઃ પ્રવૃદ્ધા સ્યાત્, તથો પાયો નિરૂપ્યતે ।
બીજ ભાવે દૃઢે તુ સ્યાત્, ત્યાગાચ્છ્રવણ કીર્તનાત્ ॥૧॥

બીજ દાર્ઢર્ય પ્રકારસ્તુ, ગૃહે સ્થિત્વા સવધર્મતઃ ।
અવ્યાવૃત્તો ભજેત્ કૃષ્ણં, પૂજ્યા શ્રવણાદિભિઃ ॥૨॥

વ્યાવૃત્તોપિ હરૌ ચિતં, શ્રવણાદૌ યતેત્ સદા ।
તતઃ પ્રેમ તથા સક્તિ-ર્વ્યસનં ચ યદા ભવેત્ ॥૩॥

બીજં તદુચ્યતે શાસ્ત્રે, દૃઢં યન્નાપિ નશ્યતિ ।
સ્નેહાદ્ રાગ વિનાશઃ સ્યાદાસ કત્યાસ્યાદ્ ગૃહા રુચિઃ ॥૪॥

ગૃહ સ્થાનાં બાધ કત્વ-મના ત્મતવં ચ ભાસતે ।
યદા સ્યાદ્ વ્યસનં કૃષ્ણે, કૃતાર્થઃ સ્યાત્ તદૈવ હિ ॥૫॥

તાદૃશ સ્યાપિ સતતં, ગૃહ સ્થાનં વિનાશકમ્ ।
ત્યાગં કૃત્વા યતેઘસ્તુ, તદર્થાર્થૈક માનસઃ ॥૬॥

લભતે સુદૃઢાં ભક્તિ, સર્વતો પ્યધિકાં પરમ ।
ત્યાગે બાધક ભૂયસ્ત્વં, દુ:સં સર્ગાત્ તથાન્નતઃ ॥૭॥

અતઃ સ્થેયં હરિ સ્થાને, તદીયૈઃ સહ ત્તપરૈઃ ।
અદૂરે વિપ્ર કર્ષે વા, યથા ચિતં ન દુષ્યતિ ॥૮॥

સેવાયાં વા કથાયાં વા, યસ્યા સક્તિ ર્દૃઢા ભવેત્ ।
યાવજ્જીવં તસ્ય નાશો, ન કવાપીતિ મતિર્મમ ॥૯॥

બાધ સમ્ભાવના યાં તુ, નૈકાન્તે વાસ ઈસષ્યતે ।
હરિસ્તુ સર્વતો રક્ષાં, કરિષ્યતિ ન સંશયઃ ॥૧૦॥

ઈત્યે વં ભગવચ્છાસ્ત્રં, ગૂઢ તત્ત્વં નિરૂપિતમ્ ।
ય એતત્ સમધીયીત, તસ્યા પિસ્યાદ્ દઢારતિઃ ॥૧૧॥

**॥ ઈતિ શ્રીવલ્લભાચાર્ય પ્રકટિતા ભક્તિ વર્ધિની સંપૂર્ણ ॥**

**આ પ્રકાર ઉત્તમ અધિકારી માટે કહ્યો છે.**

(૧) આ ગ્રંથમાં શ્રીમહાપ્રભુજીએ પ્રભુ પ્રત્યેની આપણી ભક્તિ કેવી રીતે વધે તેના ઉપાય બતાવ્યાં છે.
**'પ્રભુનું મહાત્મ્ય જાણીને પ્રભુમાં સુદઢ અને સર્વથી અધિક એવો પ્રેમ કરવો તેનું નામ ભક્તિ'** સૃષ્ટિના આરંભમાં જીવો જ્યારે પ્રભુથી વિખુટા પડ્યા ત્યારે પ્રભુએ પુષ્ટિ જીવોમાં સૂક્ષ્મ સ્નેહરૂપ ભક્તિના બીજ ભાવનું સ્થાપન કર્યું હતું. આ બીજ ભાવ ભક્તિ વિરોધી બાબતોનો ત્યાગ કરવાથી (છોડવાથી) અને શ્રવણ, કીર્તન, સ્મરણ કરવાથી દઢ થાય છે.

**ત્યાગ :** લૌકિક-વૈદિક કાર્યોમાંથી આસક્તિ છોડવી.
**શ્રવણ :** ભગવાનની લીલાઓનાં યશોગાન સાંભળવા

**કિર્તન :** ભગવાનની લીલાઓનું શુધ્ધ હૃદયથી ગાન કરવું.
**સ્મરણ :** ભગવાનની લીલાઓને મનથી યાદ કરવા.

આ સિવાય બીજા સાધનોનો ત્યાગ કરવો જોઈએ.

(૨) ભાવની દૃઢતા ત્યારે જ થાય કે જ્યારે પોતાના ઘરમાં જ રહીને સ્વધર્મ પૂર્વક અનન્ય થઈને શ્રવણ, કીર્તન સાથે શ્રીકૃષ્ણની સેવા થાય. સ્વધર્મ એટલે વર્ણાશ્રમ ધર્મનું યથાશક્તિ પાલન કરતાં તન, મન, ધનથી પોતાના ઘરમાં જ કૃષ્ણ સેવા કરવી જોઈએ. સાંસારિક બાબતોથી તદ્દન નિવૃત્ત થઇ ભક્તે ભગવદ્સેવા અને ભગવદ્ ગુણગાનનું શ્રાવણ-કીર્તન-સ્મરણ કરવું જોઈએ.

(૩) વ્યવસાય સંપૂર્ણ છોડી દેવો શક્ય ના હોય તો વ્યવસાય કરતાં કરતાં પણ સર્વ દુઃખોને હરનાર હરિમાં મન લીન રાખવું. મનથી સતત એવું વિચારવું કે પ્રભુ સેવાની સરળતા અને પ્રભુના સુખ માટે જ આ વ્યવસાય કરૂ છું, તેથી મન વ્યવસાયમાં આસક્ત થશે નહિ.

(૪) આ પ્રમાણે સેવા-સ્મરણ કરવાથી પ્રભુમાં પ્રેમ જન્મે છે તે ભક્તિનું પહેલું પગથિયું છે. ત્યારે પછી પ્રભુમાં સ્નેહ વધતાં આસક્તિ થાય છે. ચિત્ત લૌકિકમાંથી છૂટી કેવળ પ્રભુમાં જ પરોવાયેલું રહે છે. આ ભક્તિનું બીજુ પગથિયું છે. પછી ભક્તને પ્રભુનું વ્યસન થાય. આવો ભક્ત પ્રભુ સિવાય રહી શક્તો નથી. દર્શન માટે તેના પ્રાણ તરફડે છે. વ્યસન દશા પ્રાપ્ત થતાં બીજ દૃઢ-અચલ બને છે. પછી તે લૌકિક, કાળ, દુઃસંગ જેવા કોઈ પણ કારણથી નાશ પામતું નથી.

(૫) પ્રભુમાં સ્નેહ થવાથી સાંસારિક બાબતો અને પદાર્થોમાંથી આપણો પ્રેમ નાશ પામે છે. પછી પ્રભુમાં જેમ આસક્તિ વધતી જાય તેમ તેમ ઘરમાં રહેવામાં પણ અરૂચિ થાય છે. ઘરમાં રહેલ કુટુંબિઓ બાધક જણાય છે. તેમનામાં આવા ભક્તને આત્મીયતા થતી નથી. જ્યારે શ્રીકૃષ્ણ ભગવાનમાં વ્યસન થાય ત્યારે તે ભક્ત નિશ્ચય કૃતાર્થ થાય છે.

(૬) વ્યસન દશા પ્રાપ્ત થયા પછી ભક્ત નિરંતર ઘરમાં રહે તો તેથી તેની ભક્તિનો વિનાશ થાય છે. ઘરમાં પોતાના સમાન ભાવવાળાં ભગવદીયોનો સંગ મળતો નથી.) તેથી આવા ભક્તે ઘર વગેરેનો ત્યાગ કરી ભગવાનને પ્રાપ્ત કરવા તેમનામાં મન પરોવી પ્રયત્ન કરવો. આમ કરવાથી તે ભક્ત સુદૃઢ સર્વથી અધિક એવી પરાભક્તિને પામે છે.

(૭) પરંતુ ભક્ત વ્યસન દશા સુધી પહોંચ્યો ન હોય તેણે ઘરનો ત્યાગ ન કરવો. કારણ તેથી તે કાળ અને દુ:સંગમાં ફસાય છે. અને અન્ન માટે આમ તેમ ભટકિ અસમર્પિત ખાવાથી બુધ્ધિ ભ્રષ્ટ થાય છે. તેથી તે બહિર્મુખ થાય છે. અને ભક્તિ નષ્ટ થાય છે.

(૮) વ્યસન અવસ્થાએ ન પહોંચીએ ત્યાં સુધી ભગવદીયોનો સંગ મળી શકે તેવા સ્થાનમાં આપણું મન દોષિત ન થાય તે રીતે નજીક કે દૂર રહેવું પરંતુ સત્સંગ છોડવો નહિં. હરિ સ્થાનમાં અથવા ગોકુલ, વ્રજભૂમિ જેવાં ભગવદ્ધામો જ્યાં સ્વમાર્ગીય સેવા પ્રકાર હોય ત્યાં રહેવું અને ભગવદીયોની સાથે મળી ભગવદ્ગુણાગાન અને સેવામાં તત્પર રહેવું. આની પાછળનો ભાવ ભગવદ્ભાવને પોષાવાનો છે.

(૯) જે ભક્તને ભગવત સેવા અને કથા બન્નેમાં જીવન પર્યંત આસકિત રહે તેનો ભાવ દૃઢ થાય છે. અને ભકિતભાવનો ક્યારે પણ નાશ થતો નથી એવી મહાપ્રભુજીની માન્યતા છે.

(૧૦) જો સેવામાં પ્રતિકૂળતાથી વિઘ્નો આવે તો ઘરનો ત્યાગ કરી એકાંતમાં ભગવાનનું સ્મરણ કરીશ એવો વિચાર યોગ્ય નથી. કારણ કે હરિ હંમેશાં બધે જ બધાથી રક્ષા કરશે જ એમાં સંશય નથી. માટે ઘરમાં રહી જીવન પર્યંત સેવા-સ્મરણ ચાલુ રાખવાં.

(૧૧) આ રીતે ગૂઢ તત્વથી ભરેલું ભાગવત્ શાસ્ત્ર (ભક્તિનું શાસ્ત્ર))શ્રીમદ્દ્વલ્લભાચાર્યજીએ નિરૂપણ કર્યું છે, જો તેના શબ્દે શબ્દને બરાબર સમજી આચરણમાં ઉતારવામાં આવે તો તેવા ભક્તને પ્રભુમાં દૃઢ પ્રેમ રૂપી ભક્તિ અવશ્ય પ્રાપ્ત થાય છે.

આ પ્રમાણે શ્રીમહાપ્રભુજીએ પ્રકટ (કરેલ) ભક્તિવર્ધિની ગ્રંથનો ભાવાર્થ સંપૂર્ણ થયો છે.

# પુષ્ટિમાર્ગનાં પાંચ તત્ત્વનું ધોળ

પુષ્ટિમાર્ગનાં પાંચ તત્ત્વ નિત્ય ગાયે જી,
તેના જન્મો જન્મનાં પાપ સર્વે જાયે જી. ૧

શ્રીજી શ્રીનવનીતપ્રિયા સુખકારી જી,
સમરો શ્રીમથુરાનાથ કુંજબિહારી જી. ૨

શ્રીવિઠ્ઠલેશરાય દ્વારકેશરાય ગિરિધારી જી,
શ્રીગોકુલચંદ્રમાજી શ્રીમદનમોહન પર વારી જી. ૩

બીજું તત્ત્વ શ્રીવલ્લભકુળને ભજીયે જી,
કુળ લોકલાજ ને કાન સર્વે તજીયે. ૪

ત્રીજુ તત્ત્વ શ્રીગોવર્ધન-નિત્ય ગાઈએ જી,
ગમતું શ્રી નટવરલાલજીનું થાયે જી. ૫

ચોથુ તત્ત્વ શ્રો યમુનાજીને જાણો જી,
કરો સ્મરણ ને પયપાન એ સુખ માણો જી. ૬

પાંચમું તત્ત્વ શ્રીવ્રજભૂમિજીને ગાઈએ જી,
નિત્ય ઊઠી વૈષ્ણવજન પદ રજ લઈએ જી. ૭

પાંચે તત્ત્વનું ધ્યાન નિરંતર ધરીએ જી,
તો મન વાંચ્છિતાં ફલ સર્વે પાઈએ જી. ૮

પાંચે તત્ત્વ શિવ-બ્રહ્માદિકને દુર્લભ જી.
શ્રીવલ્લભ પ્રભુ પ્રગટ્યા પ્રમાણ કીધાં સર્વે સુલભજી. ૯

એ શોભા જોઈ હરિદાસ જાય બલિહારી જી,
એ લીલા ગાજો નિત્ય નર ને નારી જી. ૧૦

# શ્રી યમુનાજી આરતી

## આરતી – (૧)

જય જય મહારાણી યમુના, જય જય પટરાણી યમુના
સુંદર સતવારી નાર, તપ કરી પ્રભુને આરાધ્યા
પ્રિતે પરણ્યા મોરાર. જય જય...

સૂરજ દેવતાની દિકરી, વેદ પુરાણ વખાણ
ભાઈને વ્હાલી રે બેનડી, પસલી આપી છે સાર. જય જય...

રૂપે રૂડાં જળ શામળાં, વેગે ચાલે ગંભીર
તીરે તો રંગ આપતાં, વ્રજમાં વધ્યા વિસ્તાર. જય જય...

ચરણા ચોળી ને ચુદડી, ઉર પર લટકંતા હાર
કંકણ કુંડલ ને ટીલડી, સજ્યા માએ સોળ શણગાર. જય જય...

વૃંદાવન વિંટાઈ રહ્યું, મથુરા જળ સ્થળ આધાર
ગોકુળ મહાવન પાસે વસ્યો, વ્હાલો મારો નંદકુમાર. જય જય...

જળ જુમનાનાં ઝીલતાં, તુટ્યા નવસર હાર
મોતી સર્વે વેરાઇ ગયાં, હિરલો લાગ્યો છે હાથ. જય જય...

રામઘાટ શ્યામ ઘાટ ઠકુરાની ઘાટ, બીજા ઘાટ અપાર
અજાણેઆધર્મિ નાહી ગયો તેનો માએ કર્યો રે ઉદ્ધાર.
જય જય...

અઠ્ઠાવીસ કુંડ ઉજજડ થયા, ભાઈનો ભાગ્યો ભણકાર
પરાક્રમે ગેલ ચલાવીયાં, વ્રજમાં કીધો વિસ્તાર. જય જય...

નાહ્યા ગાય પયપાન જે કરે, તેને જમનો નહિ ભણકાર
કરજોડી કહે હરિદાસ, નાહજો વારંવાર. જય જય...

## આરતી – (૨)

જય જય જય શ્રી યમુના મા જય જય શ્રી યમુના
જોતાં જનમ સુધાર્યો, નહાતા જીવને ઉક્ષાર્યો
ધન્ય ધન્ય શ્રી યમુના મા જય જય...શ્રીયમુના
શામલડી સુરત મુરત માધુરી મા (૨)
પ્રેમ સહિત પટરાણી પરાક્રમે પૂરા મા.
જય જય...શ્રીયમુના

ગેહરવન ચાલ્યા મા (૨) મા ગંભીરે ઘેર્યા
ચુંદડીએ ચટકાળાં પહેર્યાં ને લહેર્યા મા.
જય જય...શ્રીયમુના

ભુજ કંકણ રૂડાં મા (૨) ગુજરીયા ચુડી
બાજુબંધ ને બેરખાં પોંચી રત્ન જડીમા.
જય જય...શ્રીયમુના

ઝાંઝરને ઝમકે મા (૨) વિછીંયાને ઠમકે
નેપૂરને નાદે મા ઘુઘરી ને ઘમકે મા.
જય જય...શ્રીયમુના

સોળે શણગાર સજ્યા મા (૨) નકવેસર મોતી
આભરણમાં ઓપો છો દર્પણ મુખ જોતા મા.
જય જય...શ્રીયમુના

તટ અંતર રૂડાં મા (૨) શોભિત જળ ભરીયાં
મનવાંછીત મોરલીધર સુંદીરવર વરીયા મા.
જય જય...શ્રીયમુના

લાલ કમળ લપટ્યાં મા (૨) જોવાને ગ્યાતાં
કહે માધવ પરિક્રમા વ્રજની કરવાને ગ્યાંતા મા.
જય જય...શ્રીયમુના

# અંજલિ ગીત

હે નાથ જોડી હાથ પાયે પ્રેમથી સહુ માંગીએ
શરણ મળે સાચું તમારૂં એ હૃદયથી માંગીએ,
જે જીવ આવ્યો આપ પાસે ચરણમાં અપનાવજો
પરમાત્મા એ આત્માને શાંતિ સાચી આપજો.
વળી કર્મના યોગે કરી જે કુળમાં એ અવતરે
ત્યાં પૂર્ણ પ્રેમે ઓ પ્રભુજી આપની ભક્તિ કરે,
લખચોરાસી બંધનોને લક્ષમાં લઇ કાપજો
પરમાત્મા એ આત્માને શાંતિ સાચી આપજો.
સુખસંપત્તિ સુવિચાર ને સત્કર્મનો દઇ વારસો
જન્મો જન્મ સત્સંગથી કિરતાર પાર ઉતારજો,
આ લોકને પરલોકમા તવ પ્રેમ રગરગ વ્યાપજો
પરમાત્મા એ આત્માને શાંતિ સાચી આપજો.
મળે મોક્ષ કે સુખ સ્વર્ણના આશા ઉરે એવી નથી
દ્યો દેહ દુર્લભ માનવીનો ભજન કરવા ભાવથી,

સાચું બતાવી રૂપ શ્રીજી હૃદયે સ્થાપજો
પરમાત્મા એ આત્મા ને શાંતિ સાચી આપજો.
હે નાથ જોડી હાથ પાયે પ્રેમથી સહુ માંગીએ
શરણ મળે સાચું તમારૂં એ હૃદયથી માંગીએ

# રાત્રે ધાર્મિક ગ્રંથ વાંચ્યા પછી ના ધોળ

**રાત્રે ધાર્મિક ગ્રંથ વાંચ્યા પછી નીચેના ધોળ પદ બોલ્યા પછી જ સુવાનું રાખશો.**

જયશ્રી વલ્લભ જયશ્રી વિઠ્ઠલ જય યમુના શ્રીનાથજી
કલિયુગના તો જીવ ઉગાર્યા, મસ્તક ધરિયા હાથજી
મોરમુગટને કાને કુંડલ, ઉર વૈજન્તી માલાજી
નાસિકા ગજમોતી સોહે, એ છબી જોવા જઈએજી
આસપાસ તો ગૌ બિરાજે, ગ્વાલ મંડળી સાથેજી
અધરપે વ્હાલો વેણુ બજાવે, એ છબિ જાવા જઈએજી
જયશ્રી ગિરિધર જયશ્રી ગોવિંદ, જયશ્રી બાલકૃષ્ણજી
જયશ્રીગોકુલપતી જયશ્રી રઘુપતી, જયશ્રી યદુપતી ઘનશ્યામજી
શ્રી ગોકુલવાલે નાથ, મેરી દોરી તુમ્હારે હાથજી
જય યમુના શ્રી ગોવર્ધનનાથ, મહાપ્રભુ શ્રી વિઠ્ઠલનાથ
જય જય શ્રી ગોકુલેશ, શેષના રહે કલેશ

શ્રી વલ્લભ જુગ જુગ રાજ કરો
શ્રી વલ્લભ જુગ જુગ રાજ કરો

શ્રી વલ્લભ વિઠ્ઠલ ગોપીનાથ દેવકિનંદન શ્રીયદુનાથ
યશોદાનંદન નંદકિશોર શ્રો મુલીધર માખણચોર
સૂરદાસ કૃષ્ણદાસજી પરમાનંદ કુંભનદાસજી
ચતુર્ભૂજ નંદદાસજી છીતસ્વામી શ્રીગોવિંદજી
શ્રી વલ્લભદેવકી જે, પ્રાણપ્યારે કી જે

શ્રી ગોવર્ધનનાથકી જે

ચોરાસી વૈષ્ણવકી જે, બસોબાવન વૈષ્ણવકી જે
ઈઠિયોતેર ભગવદીકી જે અષ્ટસખાકી જે
દામોદરદાસ હરસાનીકી જે, શ્રી વલ્લભકુળ સમસ્તકી જે

શ્રીવલ્લભ હી કો ભારી ભરોસો શ્રીવલ્લભ હીકો ભારી...
કાહેકો મન ભટકત ડોલત, જો ચાહે ફલકારી-ભરોસો...
શ્રી વિઠ્ઠલ ગિરિધર સબ બાલક, જગત કિયો ઉદ્ધારી-ભરોસો...
પુરૂષોત્તમ પ્રભુ નામ મંત્ર દે, ચરણ કમલ શિરધારી-ભરોસો...

પરમ કૃપાળુ શ્રી વલ્લભનંદન
કરત કૃપા નિજ હાથદે માથે
જે જન શરણ આયે અનુસરહિ
ગ્રહી સોંપત શ્રી ગોવર્ધન નાથ

પરમ ઉદાર ચતુર ચિંતામણી
રાખત ભવધાર વહ્યો જાત
ભજકૃષ્ણદાસ કાજ સબ સરહી
જો જાને શ્રી વિઠ્ઠલ નાથ - પરમ કૃપાળુ...

સૂતાં આજની રાત નાથ,
સોંપી કાયા પ્રભુ શરણમાં
સોંપુ છું મુંજ ઈન્દ્રિયો શરીરની
તારા પ્રભુ ચરણમાં
કીધા જાણ અજાણ કર્મ દિનમાં
માફી પ્રભુ આપજો
નિદ્રામાં હે નાથ સ્વપ્ને
ઝાંખી તમારી આપજો

આટલું બોલી દરેકને જયશ્રીકૃષ્ણ કહી અષટાક્ષરનું (''શ્રીકૃષ્ણઃ શરણંમમ્''નું) સ્મરણ કરતાં કરતાં સૂઈ જવું.

**- નયના ના સર્વે વૈષ્ણવોને ''જયશ્રીકૃષ્ણ''**

www.ingramcontent.com/pod-product-compliance
Lightning Source LLC
La Vergne TN
LVHW010804051026
849532LV00007B/2450
* 9 7 8 9 3 5 8 8 3 4 7 9 6 *